VITENGO VYA UJENZI

TAASISI YA MAFUNZO YA ISAYA 58

ALL NATIONS INTERNATIONAL   AGNES I NUMER
TERESA SKINNER   GORDON SKINNER
KATHY VANZANDT

Translated by
PENINA BARIGYE

Translated by
SAMUEL MWANGI

Vitengo vya Ujenzi
Taasisi ya mafunzo ya Isaya 58
Building Blocks - Swahili

Hakimiliki © 2020 ya Umoja wa Mataifa
Haki zote zimehifadhiwa
ISBN: 978-1-950123-80-3

Swahili Union Version (SUV): Hakimiliki -1952, 1997: kwa: Chama cha
Biblia cha Tanzania na Chama
cha Biblia cha Kenya. Haki zote zimehifadhiwa.

Transaltor : Penina Barigye
Transaltor and Editor: Samuel Mwangi

Taasisi ya mafunzo ya Isaya 58
Iko wazi ili kutumika katika mipango ya mafunzo

Kwa ujumbe Zaidi ama kuagiza nakala Zaidi za mwongozo huu:

Barua pepe: is58mti@gmail.com
Wasiliana nasi: www.all-nations.org
Kozi katika mtanadao: is58mit.org

Cover Art: Julian Peter V. Arias and Eve Lorraine Rivers Trinidad

CONTENTS

Preface   vii
Utangulizi   ix
Vitengo vya Ujenzi - Utangulizi   xi

1. Kuruhusu Amani kamilifu ya Mungu   1
   Hakiki: Kuruhusu Amani Kamili Ya Mungu   23
2. Mkao Au Mwinuko   27
   Hakiki: Mkao Au Mwinuko   35
3. Bwana Ametuteulia Amani   39
   Hakiki: Mungu Umetuteulia Amani   45
4. Vita Vya Kiroho   47
   Hakiki: Vita Vya Kiroho   77
   Maswali : Vita Vya Kiroho   81
5. Mapambano Ya Mapinduzi   85
   Hakiki: Mapambano Ya Mapinduzi   95
6. Kuwa Na Utukufu   99
   Uhakiki: Kuwa Na Utukufu   113
7. Mchungaji Mwema Na Kondoo   115
   Hakiki: Wachungaji Na Kondoo   125
8. Imani Inafanya Kazi Moja Kwa Moja Na Upendo   129
   Hakiki: Imani Inafanya Kupitia Upendo   147
9. Laini   151
   Hakiki: Laini   165
10. Kauli Ya Uwezo Wa Kuona   167
    Hakiki: Uwezo Wa Kauli Ya Kuona   175
11. Sifa Na Kuabudu   177
    Uhakiki: Sifa na Kuabudu   187
12. Kuja Juu Sana Kwa Upendo Wake   191
    Hakiki:Kuja juu sana kwa Upendo wake   205
13. Tutapata Wapi Neno?   209
    Hakiki:Ni wapi tutapata Neno?   219

	Jaribio: Mahali Pa Kupata Neno	221
14.	JE, Unajulikana?	225
	Uhakiki: Je, Wanakujua?	231
	Keys	235
	Kukiri	245

We dedicate this manual:
To those who wanted to know... but never had a teacher.
To those who looked for the vision... so that they could run with it.
To those who want to know "What's Next?"
To those who knew they were teachers... but did not know what to teach.
To those who are looking for Christ in Us the Hope of Glory!
May this manual reveal to you Jesus Christ and
May the peace that He has ordained for you be with you always.

PREFACE

Tafadhali tufanye kazi pamoja tungali na muda…ili yeye pekee yake atukuzwe "injili hii ya ufalme itahubirirwa kote ndini wa washaidi no mataifa Basi tufanye kazi pamoja kama bado tungali na muda… ili yeye mwenyewe aadhimishwe. "Tena habari njema ya ufalme itahibiriwa katika hapo ndipo ule mwisho utakapokuja (Mathayo 24:14)

Wacha mungu akupelako kwa mataifa…

UTANGULIZI

Kanisa, "All Nations International na Sommer Haven Ranch International Msaada wa kibinadamu, ni mashirika mawili yaliyo anzishwa na kuelekezwa na mchagu Agnes I. Numer aliye Fariki, mwezi wa saba tarehe kumi na saba mwaka wa elfu mbili na kumi akiwa na mwaka tisini na tano. Aliacha uridhi ukubwa baada ya miaka hamsini na sita ya wizera. Wizera hii ilitokena na uvumbuzi wa mungu aliompatia kutoka kwa kitabu cha Isaya hamsini na nane (58). Mungu alivyo mwunyesha uvumbuzi huu alimwambia, "Huu ndio mpango wangu wa kanisa saa zote". Mungu alimwonyesha ndege na treni, mabohari, vituo vya matayarisho, vituo vya hifadhi, mgawanyo wa vyakula na vingire vingi.

Ingekuwa vigumu kuelewa athari ya wizara hii iliyokuwa nayo kwa miaka zaidi ya hamsini. Ni vigumu kujibu, Ni miti mingapi iliyoko kwenye mbegu ya tufaha"? Kwa sababu hii ndiyo wizara imefanya........kueneza mbegu viongozi wengi wamepewa njozi, zoeshwa wame endeleshwa wame hamasishwa na wame ungwa mkono. Vyongozi hawa wameendeza wizara nyingi *dunieni walipata ndoto, tumaini, mpango na kanuni za ufalme wa mungu zilizo na faida na kuzuesha walicho pokea kwa hamu.*

Wizara za kimataifa hizi zinazoendedea zimejifunza kuwelewa mungu kama "Jehovah Jireh" na anawapatia kwa sababu wanafanya kazi yake kwa njia zake. Katika Mazuea haya tuna tumaini ya kutua kanuni walizo pata na mungu akazibariki. Tunampatia mungu adhama yote. Kuzuoshwa ni kwa roho mtakatifu kwa wale ambau wana sikio kusikia, moyo wa kupata na watatii.

Mungu alionyesha mtumishi Agnes I. Numer shule ya bibilia, chuo cha elimu ambazo zitagawanya kanuni hizi na mataifa. Alivyo tembelea wa Filipino. Wachungaji na viongozi walimwomba kuacha shulo liwe la sabili ndivyo shule za bibilia zishiriki kupitia kwa vikundi va sabili vitakavyo fundisha.

Isaya 58 mobile training institute iko sasa kwenye kitabu na kwa mtandao.

Shukrani
  All Nations International

Habakuki 2:2 "Bwana akanijibu, akasema, liandike njozi ukaifanye iwe wazi sana katika vibao ili alsomaye apate kuisoma kama maji. 3 Maana njozi bado ni kwa wakati ulio amriwam inefanya haraka ili kuufikilia mwisho wake, wala haitasema uongo; ijapokawia, iongee; kwe kuwa haina budi kuja heitakawia".

2 Timothy 2:2 "Na mambo yale uliyoyasikia kwangu mbele ya mashahidi wengi, hayo uwakabidhi watu waaminifu watakaofaa kuwafundisha na wengine".

VITENGO VYA UJENZI - UTANGULIZI

Kuashiria Upendo Wa Mungu.

Huwa tunaashiria upendo wa mungu vipi? Huwa tunaskia sauti ya mungu vipi ili kujua mahitaji ya wenginie? Ndani yetu, huwa "hatuhisi Upendo wa Mungu." Hatujawahi pata uzoefu ikifika ni upendo wa Mungu kwa wengine. Je, tutafika aje pale kutoka hapa? "Lakini tunajua ya kwamba Yesu alisema, "Hivyo watu wote watajua kwamba ninyi ni wanafunzi wangu, mkiwa na upendo ninyi kwa ninyi" Yohana 13:35. Hivi vitengo vya ujenzi ni funguo muhimu ambazo mungu ametupea kupitia neno lake ili kutuongoza kwenye upendo wake ambao unatiririka kupitia kwetu hadi kwa mataifa.

Kitu cha kwanza ni kuwa, tunafaa kuwa tunfahamu upendo na utunzi wake kwetu sisi. Lazima tuzoee ubunifu wa miujiza yake ambayo anailekeza kwetu. Ni lazima tuwe kama yeye na tubadilishe moyo wetu wa jiwe na tuuchukue moyo wake wa upendo.

Ruhusu neno la mungu liitengeneze moyo wako upya, safisha akili yako na ulete ufunuo wa ubunifu wake kwa mataifa unapoendelea kusoma na kuomba kupitia **vitengo vya ujenzi kwa maana maisha yake na upendo unatiririka kupitia kwetu kwa mataifa**

CHAPTER 1

KURUHUSU AMANI KAMILIFU YA MUNGU

I. Utangulizi

Asubuhi hii, nilihisi kuwa Mwenyezi Mungu alitaka nishiriki neno lake nawe. Hili ni neno la kawaida katika ushirika chini kupitia miaka.,kama sehemu ya msingi ambao Mungu ameweka maishani mwetu. Ni sehemu ya maisha: Ambayo tunakuwa kama yeye. Na kuna watu wengi ambao wanapitia shida saa hii, hata katikati yetu., lakini kuna njia ambayo Mungu ametengenezea kila mtu na atayashughulikia kwa niaba yetu bora tumpe hayo matatizo. Tukijiwekea, tutakuwa kwa shida na tutaendelea kuamini uongo na ,maadui wataendelea kutuvunja. Lakini Mungu ako na jibu kupitia neno lake kwa sababu Yesu alitimiza yote msalabani.

Wacha tusome kutoka kitabu cha Isaya 26:1-15

1 Siku ile huu wimbo utaimbwa katika nchi ya Yuda; Sisi tunao mji ulio na nguvu; Ataamuru wokovu kuwa kuta na maboma.

2 Wekeni wazi malango yake, Taifa lenye haki, lishikalo kweli, liingie.

3 Utamlinda yeye ambaye moyo wake umekutegemea Katika amani kamilifu, kwa kuwa anakutumaini.

4 Mtumainini BWANA siku zote Maana BWANA YEHOVA ni mwamba wa milele.

5 Kwa kuwa amewashusha wakaao juu, Mji ule ulioinuka, aushusha, Aushusha hata nchi, auleta hata mavumbini.

6 Mguu utaukanyaga chini, Naam, miguu yao walio maskini, Na hatua zao walio wahitaji.

7 Njia yake mwenye haki ni unyofu; Wewe uliye mnyofu wainyosha njia ya mwenye haki.

8 Naam, katika njia ya hukumu zako Sisi tumekungoja, Ee BWANA; Shauku ya nafsi zetu inaelekea Jina lako na ukumbusho wako.

9 Kwa nafsi yangu nimekutamani wakati wa usiku; Naam, kwa nafsi yangu ndani yangu nitakutafuta mapema; Maana hukumu zako zikiwapo duniani, Watu wakaao duniani hujifunza haki.

10 Mtu mbaya ajapofadhiliwa, Hata hivyo hatajifunza haki; Katika nchi ya unyofu atatenda udhalimu, Wala hatauona utukufu wa BWANA.

11 BWANA, mkono wako umeinuliwa, lakini hawaoni; lakini watauona wivu wako kwa ajili ya watu wako, nao watatahayari; naam, moto utawala adui zako.

12 BWANA, utatuamuria amani; maana ni wewe pia uliyetutendea kazi zetu zote.

13 Ee BWANA, Mungu wetu, mabwana wengine zaidi ya wewe wametumiliki; lakini kwa msaada wako peke yako tutalitaja jina lako.

14 Wao wamekufa, hawataishi; wamekwisha kufariki,

hawatafufuka; kwa sababu hiyo umewajilia, na kuwaangamiza, na kuupoteza ukumbusho wao.

15 Umeliongeza hilo taifa, BWANA, umeliongeza taifa; wewe umetukuzwa, umeipanua mipaka yote ya nchi hii.

Yesu alilipa deni ndio tuchukue Neno Lake tuliamini na tuliitikie. Alisema, "Mbingu na dunia zitakuja kupita, lakini neno halitawahi pita." Hivi ndivyo neno lake lilivyo na uhakika kama tutaliamini. "Siku ile wimbo huu utaimbwa katika nchi ya Yuda." Sasa naiita "hiyo siku" "hii siku". Hii ndio siku ambayo atatufanyia aliyotuahidi. Hii ndio siku ambayo tutaimba huu wimbo na Yuda! Akasema " kwenye nchi ya Yuda..."Tuko kwenye nchi ya Yuda.Sio? Amina. "Tuko na mji imara, Mungu Ataamuru wokovu kuwa kuta na maboma.

"Fungua hayo malango..." Hivyo ndivyo itabidi tufanye. Lazima tumfungukie Mungu. "...Taifa lenye haki, lishikalo kweli, liingie." Sasa hii ni ya watu Fulani. Watu wa aina gani? Watu waadilifu. Hiyo ndio nini? Wale wanaoweka ukweli.

Siku ya leo ni ngumu kusema ukweli popote. Bibilia inasema kuwa, ukweli umerushwa nje kwenye mitaa. Haki ilirushwa kwenye mitaa. Hivyo ndivyo kulivyo leo hii. Na hii ndio siku ambayo anaongelelea. "Wekeni wazi malango yake, Taifa lenye haki, lishikalo kweli, liingie." Sasa kama hatuna ukweli, hatutaweza kuuweka ukweli.Tutaweza kweli? Najua watu wengi wanajaribu kumpumbaza Mungu na wanataka vitu za dunia, na bado wanataka kuitwa wakristo. Hilo halitufanyi wakristo. Chenye kinatufanya sisi kuwa wakristo ni uwezo wetu wa kuweka ukweli. Kuwa na kristo kwenye nyoyo zetu na maishani mwetu na kufanya vile Neno linasema na kuweka ukweli..

II. "Atamlinda Yeye Katika Amani Kamili…"

"Atamlinda yeye katika Amani kamili, yule ambaye akili yake imetulia kwake: kwa sababu anamwamini yeye." Kila kitu sawa. Tukiweka ukweli, kama sisi ni waadilifu, tutakuwa waadilifu kwenye uadilifu wa Mungu. Hatuna uadilifu wetu. Unajua tuko na mipango. Huwa tunasema, ",Hiki na hiki na hiki ndio nitafanya". Ama" Hiki na hiki ndio mimi hufanya na hakuna mtu atanibadilisha." " Nitafanya hiki na hiki na hiki nab ado unasema wewe ni mkristo? Hmm…Haitafanya kazi. **Maafikiano ambayo yako katika ulimwengu wa leo yanaharibu mkristo.**

Kuna hii hadithi ya mfano, na inaitwa mkulima. Na kuna aya kwa hadithi hii mkulima husema kuwa mbegu zingine zilianguka kwenye miiba na michongoma wakafa.Huduma, utajiri, wa hii maisha ilizichoma, mpaka hazikuzaa matunda yoyote. Hii ndio hali ya kanisa la ukristo leo hii.Mbona? Nni wangapi wenu wako na wasiwasi? Huwa uko na wasiwasi. Mbona huwa uko na wasiwasi? Huduma za hii maisha. Nini hufanyika tunapopata huduma zote za hii maisha na tuziruhusu zituzuie? Huwa tuko na wasiwasi na bado hatuzai matunda.

Ni tunda gani ambalo Mungu anatafuta maishani mwetu? "Taifa lenye haki, lishikalo kweli,…" Ni wangapi wako na Amani kamili? Unahitaji hili neno. Amina. "Atamlinda Yeye Katika Amani Kamili lakini akili yake iwe imekaa naye." Mbona hatuna Amani? Ni kwa sababu akili zetu hazijakaa naye. Sasa, " Nitaweza aje kuweka akili yangu kwa Mwenyezi Mungu wakati wote? Siwezi fikiria kuhusu kitu kingine chochote." Hivyo sivyo inavyosema. Sasa nitakupa maandiko mengine: "Mwamini Mungu maishani yako yote, Mungu ni nguvu ya milele: Kwa Yeye hushusha wote waishio juu; na mji ulioinuka, Yeye huileta chini hadi kwa mchanga.; Hata huileta kwa vumbi...". Sasa unafikiria sisi ni kina nani kama Mungu anaweza chukua mji mzima na augeuze vumbi.. Na tutasimama mbele yake na "Nitafanya kitu kingine kivyangu"? Unadhani tunaenda wapi? Tutakuwa vumbi, sio? Hatuwezi faulu. Mungu ako na njia bora. Amina. Njia kamilifu. Njia ya akili zetu kukaa na ndani yake ndio tuweze kuwa na Amani kamilifu ndani yetu.

III. "Wakaazi Wa Dunia Watajifunza Uuadilifu."

Sasa aya inayofuata inasema: "Nani atatembea kwenye mji? Hata nyayo za maskini na hatua za wale ambao wako na mahitaji." Ni nini wanajaribu kufanya leo na wale wasio na makazi, maskini na walio na mahitaji? Wengi wao wako mitaani. Lakini nini itafanyikia mji? Utaharaibiwa na utabaki vumbi. " Njia ya wenye uadilifu ni heshima: Ingawa wale wenye uadilifu wa hali ya juu hukaa tu kwenye njia hiyo ya uadilifu. Kwa njia ya hukumu wewe Mungu nimekungoja; Matamanio ya nafsi zetu ni kwa jina lako kwa ukumbusho wako. Nafsi yangu inakutamani usiku. Kwa kutumia roho aliye ndani yangu, nitakutafuta mapema.: Hukumu ikiwa hapa duniani wakaazi wa dunia watajifunza uadilifu.

Tuachane na hii aya kidogo... "Hukumu zetu zikiwa hapa duniani wakaazi wa dunia watajifunza uadilifu." Tuko kwa hii nchi, watu wanajaribu kusema eti hakuna Mungu, kumtoa kwa maish yetu ya umma, kujaribu pia kumtoa kwa kila kitu chenye ni cha umma. Lakini anasema, "Hukumu ikiwa hapa duniani wakaazi watajifunza uadilifu." Sasa hukumu za Mungu ziko duniani. Amekuwa akiishkilia hadi wakati ambao alikuwa ameuchagua., lakini sasa tuko kwenye wakati huo ambao alikuwa ameuchagua, Niamini, Mungu atahukumu kila kitu tunachofanya na huwa tunasema. Kama sisi ni wake na tunataka awe kila kitu maishani mwetu, alisema kwa sauti kubwa, "...No roho yangu iliyo ndani yangu, nitamtafuta mapema." Unajua watu wanaogopa hukumu ya Mungu, lakini hukumu ya Mungu ni ya kuharibu kazi za shetani. Hukumu ya Mungu sio dhidi ya binadamu, ni dhidi ya shetani na kazi za shetani ziko kwa binadamu. Anataka kuitoa na alete uadilifu wake kwa kila mmoja wetu. Alisema wakaazi wa ulimwengu lazima, sio pengine lakini lazima wajue nini? Uadilifu.

Unaona vile ulimwengu umepoteza mwelekeo? Umeamua kuharibu wale waadilifu, umeamua kuharibu ukweli, haki na hukumu.Lakini Mungu ameamua kupitia neon lake kuwa hukumu yake itakuja mwanzo. Na hukumu yake itakuja na uadilifu. Wakaazi wa dunia watajifunza uadilifu. Inaweza fanyika aje? Mungu ako na njia nyingi za kuifanya. Akon a njia nyingi za kuifanya maishani mwetu, njia nyingi za kushughulika na sisi kwa sababu anataka hii mizigo yote ituondokee na anataka tuwe wasafi na waadilifu. Wale ambao ni waadilifu na wenye huweka ukweli. Sasa kwa vile hatuachii hili jukumu ili tuweze kujibadilisha. Anatuuliza tumwachie aweze kuifanya yeye mwenyewe. Anataka kuifanya, na anapoifanya, huwa imekamilika na huwa barabara.

Kisha anaendelea kusema, "...Neema itapewa wale waovu lakini hawataweza kusoma uadilifu."Mbona? Kwa sababu wao ni waovu. Wanataka kumjua Mungu.Hawataki kuamini kuwa Mungu anaendesha ulimwengu, wao ni waovu na wabaya kwa kila kitu; Kila sehemu yao iko na uovu. Na Mungu hafanyi haya kwa sababu yao, hii ni kwa sababu hawatawahi kuwa waadilifu. Lakini watahukumiwa na watatangaza kuwa Mungu ndiye anayeifanya, hata wakikataa kuitia, hawatakuwa na budi ila kukiri kuwa ni matendo ya Mungu.. "Wacha neema iarifiwe kwa wale waovu, lakini bado hatasoma kuwa mwadilifu;Kwenye nchi ya wale wenye maadili nzuri atashughulika bila kuzingatia haki na hatatazama nguvu za Mwenyezi Mungu." Atakataa kwa sababu kupitia kwa uovu wake hana nia ya kumjua Mungu. "Mungu mikono yako imeinuliwa juu, hawataona lakini wataona, na waaibike kwa sababu ya wivu wao kwa watu; Ndio, Moto wako wa maadui utawamaliza." Aliye na kicheko cha mwisho ni Mungu,kwa sababu ya huo uovu ambao wanaoshikilia, Mungu atatuma moto na atauchoma uovu huo. Uovu huo pia utakapokuwa unachomeka, pia wao watachomeka kwa sababu wamekataa kukiri kuwa Mungu ndiye Bwana.

IV. "Mungu, Atamrisha Amani Kwetu…"

"Bwana, ataamrisha Amani kwetu. Pia amefanya kazi yote ndani yetu." Saa hii anafanya nini? Anaharibu kazi ya binadamu, Anaharibu kazi ya shetani, anaharibu hivi vitu vyote na anaweka yake ndani yetu. "…yeye ametutengeneza.." Hii inamaanisha nini? Jina kutengeneza inamaanisha nini? kutengenezwa. Anatutengeneza kulingana na uadilifu wake. Anaweka kazi yake ndani yetu saa zingine hatuhisi hivo. Tunahisi haya mengine tu. Tunashangaa uadilifu wake uko wapi, lakini anafanay kitu hapo. Anaikoroga ndio iweze kuja kileleni, ndio aweze kuiondoa.Amina… "Bwana, ataamrisha Amani kwetu: kwa kuwa ni yeye aliyetengeneza kazi zote ndani yetu." Sio kazi zetu lakini kazi yake. Anatugeuza. " Usifanane na hii dunia lakini badilika kwa kutengeneza akili yako upya.

Kwa hivyo, Mungu anafanya nini hapa? "Atamuweka kwa Amani kamilifu ila ile akili imekaa nay eye." Mungu anafanay kazi na akili yetu saa hii.. Amina. "Ewe Bwana Mungu wetu,mabwana wengine wako na utawala juu yetu lakini ni wewe pekee utanifanya nitaje jina lako. Wao ni wafu na hawatawahi kuwa uhai; walishakufa, hawatafufuka. Kwa hivyo umewatembelea na umewaharibu na ukafanya kumbukumbu zao kusahaulika.."

Wacha turudi nyuma. Mabwana wengine wako na utawala juu ya maisha yetu. Shida gani tumejiletea kwa maisha yetu. Hii ni kwa sababu hatukuchagua uadilifu. Hhatukuchagua ukweli. Kwa hivyo nini ilifanyika? Hivi vitu vingine vyote vilikuja maishabi mwetu kututawala. Hadithi zetu ni mingi na tofauti kwa kila mtu katika hii maisha. Lakini kuna kitu kimoja tu ni cah kweli: Yesu alipomaliza na sisi na tukamruhusu afanye kazi yake ndani yetu,tutakuwa waadilifu, tutakuwa tunaweka ukweli na tutakuwa na Amani kamili.

Anaongea kuhusu hawa mabwana wote.Sasa tunaweza kutengeneza orodha kubwa ya hawa mabwana, sio? Orodha kubwa ya mabwana ambao hutusumbua kila wakati, na wengi wao sio wa kweli. Hawa mabwana huja kututembelea kila siku, huwa wanatutesa, wanatudanganya, wanatuambia hivi vitu vyote na wao sio wa kweli. Lakini wako na utawala juu yetu. Hii ni kwa sababu hatujapea huo utawala kwa Mungu mwenyewe. Tumeuweka tu na tunauwacha ututawale,kwa "...mabwana wengine ispokuwa Bwana yule mmoja wanatutawala."

"Basi hivyo ndivyo nilivyo," Nimeskia watuwakisema hivo. "Kama watu watanipenda, watanipenda nilivyo...kwa sababu hivyo ndivyo nilivyo." Mimi huwaangalia na nawahurumia kwa sababu Bwana anataka kugeuza maisha yetu na kutafanya kuwa kama yeye. Mungu ako na mpango wazi wa kuwaharibu hawa mabwana. ;Lakini tuko na uamuzi wa kufanya. Sasa iiskize. "...Isipokuwa wewe Bwana, mabwana wengine wako na utawala juu yetu lakini ni wewe tu Bwana amabaye utanifanya nilitaje jina lako." Ni Bwana tu atamalizia..

Lakini nini? Lazima tumuwache afanye hayo mambo.. " Lakini ni yeye pekee atanifanya nilitaje jina lake." Lazima tuilete kwa Bwana na lazima tuilete na uamuzi wa kuwa hatutairudia tena, na tunataka kuwa huru. Tukiyapeleka yote kwake hivo ndivo yeye hufanya. Yeye hufanya nini? Yeye husema wamekufa. Kwa hivyo, nini hufanyika? Yeye huwaharibu. Hawataishi uhai. Wamekufa. Wakishaaga, wamekufa na wanazikwa. "...Kwa hiyo Mungu amewatembelea na hawatafufuka. " Kama umekufa na ukazikwa, hautafufuka. Kwa hivyo ameifanya iwe chanya sana ndio usiwe na shaka akilini mwako kuhusu chenye anaweza fanya. Ha? " Lakini ni wewe pekee ambaye utanifnaya nilitaje jina lako. Wamekufa na hawataishi tena. Wwamekufa na hawatafufuka. Aliwatembelea na akawaharibu, kisha akafanya kumbukumbu zao kufa" Sasa juu huwa tunafikiria hiyo ndio sehemu isiyowzekana huh? Lakini tunampa kila kitu kisha anaharibu? Amekamilisha yote na amefanya kumbukumbu zao kufariki.

"Naye ameongeza nchi, Ewe Bwana, Ameongeza nchi. Uwezo wako utukuzwe. Umeutoa Mbali kutoka kona zote za ulimwengu." Nataka kukuambia leo kuwa ninajua uhakika wa jina hili, na kuna watu wengi hapa ambao wanajua uhakika wa neno hili.Lina nguvu lakini hilo ni juu yetu sisi. Ni juu yetu kama tunatakla kuishi kama shetani, na kama tunataka shetani atutawale, pia kama tunataka kuteswa usiku na mchanaa, kisha tuseme sisi ni wakristo. Sio Bwana . Kwa sababu alitutengenezea njia ili tuwe na Amani kamili. Na sio Amani tu amabayo inakuja mara moja. "...tutamuweka, atatutweka, kwa amani kamilifu.

Nikikuombea leo, utakuwa na Amani na kesho huna. Apana. Aliharibu hizo vitu na akazizika, na havitafufuka tena.

V. Yesu Aliharibu Dhambi za binadamu wa kale"

Unajua, nilifundishwa katika kanisa mabalo waliongea kuhusu kutakasa. Halafu vile nilianzakusoma neno vile mungu alinipa, nikaona kitu tofauti. Wanaongea kuhusu binadamu wa kale wa dhambi. Uliwahi kupatana na yeye? Ulikuwa unamjua? Amefanya wakristo wengi wakuwe na wasiwasi. Unajua hiyo inamaanisha nini? Nilikuwa nafikiria huo ni ukosefu wa uadilifu na unaonekana. Hii ilikuwa kielelezo kanisani nilipokulia. Ungeongea kwa sauti ya juu ama useme jambo ambalo hawakukubaliana nalo, "Oh, ukosefu wa uadilifu wako unaonekana!" Niko na habari kwa ajili yako. **Yesu alisema aliipeleka msalabani.** Alitusamehe dhambi zetu alipomwaga damu. Aliharibu dhambi la Adamu kwako. Kwa hivyo nini alifanya? Aliipeleka msalabani. Hiyo ilikuwa laana iliyokuwa imewekwa hapo baada ya binadamu kutenda dhambi.

Yesu aliipeleka msalabani. Tunapobatizwa ndani ya maji, tunapata fadhila ya kubeba"yule binadamu mzee " na kumzika huko chini. Angetuacha tubebe huyo binadamu mzee wa dhambi... lakini alimharibu hapo msalabani, akaharibu nguvu zake msalabani... kwa kila mkristo ambaye atauskia ujumbe na kuutii. Unaingia ndani ya hayo maji, ndani ya kaburi na Bwana na unamzika huyo binadamu mzee hapo. Hayuko uhai unapoenda naye chini. Amekufa tayari, **alikufa kwenye msalaba.** Lakini uko na fadhila ya kumzika, ndio uhakikishe kuwa hayuko uhai.

Nilipata nafuu wakati Mungu alinifungulia maandiko hayo kwa sababu nilidhani maishani yangu yote ingebidi nizoee kukaa na binadamu wa kale wa dhambi na nitembee na Yesu. Asanti Mungu haikuwa ukweli! Tunaweza kuwa tuko na vitu vingi ambavyo tunataka kuondoa, lakini yesu atatuondolea Amina! Alisema ni muhimu sana sisi kubatizwa ndani ya maji kwa jina la Yesu kristo. Sio kwa kanisa, sio kanisa la methodisti, sio kwa kanisa la kabati, sio kwa kanisa la katoliki lakini kwa Yesu Kristo. Ubatizi wa Yohana ulikuwa wa toba. Lakini ubatizi wa Yesu kristo ulikuwa wa kutuleta kwake. Na yeye ndani– kutufanya roho moja. Sio wa jamii ya Adamu lakini kiumbe kipya. Kiumbe kipya kilichotengenezwa hapo naye Yesu Kristo, tunapoenda chini kwenye msalaba na tunapoenda ndani ya maji. Binadamu mzee anazikwa hapo na hatawahi, bora tumruhusu Yyesu Kristo kuwa Bwana na mfalme kwenye ufalme maishani mwetu.

Tukikataa kumgeukia, tutaenda jehanamu.Uutapitia mambo mabaya ambayo shetani amekuwekea.Lakini ukikaa kwa mungu na ufanye vile yeye husema, Kazi kubwa ambayo ametupea imekamilika kupitia Yesu Kristo " Kwake sisi huishi, tunasonga, tuko na Amani." Ni yeye hutupa amani kamilifu, na huwa inakaa nasi. Aliamrisha kwa ajili yetu. Alifanya iwezekane kwetu sisi. Alifanya kubatizwa kwa maji iwe uwezekano, pia tuweze kuwa huru kutoka kwa dhambi ya binadamu wa kale ndio tuishi kwa amani yake amabayo itatusaidia kuharibu vikwazo vyote vya hii maisha.

Mungu ametupea jibu – Kuzaliwa upya.
Akasema kwa Nikodemo, "Lazima uzaliwe tena – Uzaliwe kwa roho, uzaliwe kwa maji." Lakini hapa anatuambia vile atafanya kazi yake. Kumaliza chenye adui anajaribu kutufanya tufikirie kuwa kinafaa kuishi ndani yetu. Mungu huiondoa... tukimpea nafasi. Tusipomruhusu, tutaendelea kuisherehekea.

Nikidhani watu wengine huisherehekea zaidi. **Nadhani** tunafaa kuamua kumruhusu Mungu kuchukua mizigo na mabwana kutoka kwa maisha. **Adui hukuja na atajaribu kusema**, "Sasa, ebu jiangalie wewe," ukifanya hatia, ukikasirika. Kumbuka mungu alituumba kwa mfano wake. Akatupea asili kama yake tu. Adamu alipeana hiyo asili, sio? Lakini yesu aliirejesha tena kwetu... kama tunaitaka. Lazima liwe ni chaguo letu, hata kama tuko huru ama kama tutawaruhusu hawa mabwana kutuharibu, siku baada ya siku.. Ama tutamruhusu Mungu kuwachukua hawa mabwana na kuwaharibu kabisa na kisha kuzifanya kumbukumbu zao kufa., hakuna kumbukumbu yao itabaki.

Neno hili lina nguvu, na ni la ukweli, Mungu ndiye hukamilisha watu wake. Yesu aliikamilisha pale Kalvari. Aliikamilisha alipotoka kaburini. Leo hii hukumu iko duniani bado na wakaazi wa dunia watajipatia uadilifu.

Watajifunza kupitia sisi. Tukimruhusu kukamilisha kazi hio ndani yetu, basi tutakuwa na amani kamilifu. Hivi vitu vyote vitaenda kutoka kwa maisha yetu na tutapumzika kwake. Yeye Ndiye Bwana wa neon lake. **Ni jukumu letu kujua chenye tutafanya nalo.**

Tukitaka kubeba haya mambo na kulalamika, ni jukumu letu. Cheny nguvu Zaidi ni kuwa yeye hufanya kumbukumbu zote kufa. "**Sio lazima tuishi na hiyo**

mizigo." Sio lazima tuivumilie, kama tunataka kumruhusu Mungu aiharibu. Amina! Ni kiasi gani cha amani yake unayotaka? **Alituchagua ili tupate amani yake. Ni yetu kama, tunaitaka.**

VI. "**Tukitembea Kwa Mwangaza, Yeye Ndiye Mwangaza**"

Kuna maandiko kwenye kitabu cha Yohana wa kwanza, 1:7. "bali tukienenda nuruni, kama yeye alivyo katika nuru, twashirikiana sisi kwa sisi, na damu yake Yesu, Mwana wake, yatusafisha dhambi yote." Yeye hutusafisha. Mungu mwenyewe hutusafisha. Tukikosea, tukifanya dhambi, tunakuja kwake, na tunaomba msamaha mara moja, naye Mungu hutusafisha kutokana na dhambi yoyote.

Mimi huamini ukweli ambao ulienezwa makanisani kama vile Mungu alitarajajia uenezwe, Hakungewahi kuwa na mtu ambaye angetoka kwa njia yake. Kwa sababu, shetani anapokuja tukifanya kosa moja ndogo, atatutesa mpaka tujitolee sisi wenyewe mara milioni. Hapo sasa shetani ametuteka.

Neno linasema, "Yeye hutusafisha." Yesu amekaa kwenye mkono wa Baba wa kulia nay eye hutulilia kama mtoto wa binadamu. Bado anatuombea ili tuwe huru na kutoka kwa dhambi, tuwe huru kutoka nguvu za shetani. Hapa Isaya inatuambia kazi iliyokamilika.Hapa Yohana anasema" Tukitembea kwa mwangaza, kama vile yeye ako kwa mwangaza, tutakuwa na ushirika."

Nini hufanyika? Mtu huenda huko nje na wanatenda dhambi na wanatangamana na ndugu zake. Nini hufanyika? Aha, wakiwa wote wao sio mandugu. Hapo ni ukweli. Unajiskia hujatulia ukiwa katikati yao. Mbona? Kwa sbabu umetoka kwa mwangaza na mwangazaa ambao uko kwa ndugu zako unakusumbua. **Kile unatakiwa kufanya ni kurudi kwa mwangaza na uombe msamaha kutoka kwa Yesu.** Mara moja atatusamehe na tutakuwa tunatembea kwa mwangaza tena. Sasa tunaweza kuungana na ndugu zetu na kushirikiana pamoja. Yesu anasema alituamrishia amani juu yetu. Na hiyo amani anatupea sisi.

Yesu aliporudi baada ya kuamka kutoka kwa wale wafu, kitu cha kwanza alichokisema kwa wanafunzi wake ilikuwa " Amani iwe nanyi". Kwa hivyo, Mungu anasema, "Nitawapea amani." "Mbona unamruhusu adui kuchukua hiyo amani kutoka kwako?" Kama umekosea, chenye unatakiwa kufanya ni kuomba msamaha kutoka kwake na hiyo amani itarejea kwako. Ni amani yake ambayo ametupea sisi. Kama sisi kupitia midomo na vitendo vyetu tutapoteza amani hiyo, hatuna budi ila kuenda ambapo tulipotezea hiyo amani na kuichukua tena. Mungu amaetuwekea hiyo amani, kama tutamruhusu atupee. **Lakini huwezi weka mchanganyiko.**

Mimi napinga vitu kadhaa mabazo wakristo wanaruhusu ndani ya dunia siku hizi. Kwa sababu ni kinyume na maadili. Na kama ni kinyume na maadili, unaweza oia kuambia Yesu "kwaheri" kwa sababu, unapoenda hapo, hautapatana na yeye. Apana, hauwezi! Hautakuwa na maadili yako yenye ni kinyume hapa, na wale waovu waliomkataa-Waliomkataza Yesu awape amani.

Ishara moja kubwa ya uwepo wa Mungu ni amani yake. Yesu aliiweka kwa wanafunzi wake. Alipokuja kuwaona baada ya kufufuka. Aliwapa amani yake, Amearisha amani kwa kila mmoja wetu, na ni yetu kama tutaichagua. Kama hatutaichagua, basi nimeshasoma chenye kitakufanyikia. Utaenda mahali pa waovu. **Kitu moja ninajua,Mungu**

hataki mkristo ateseke. Kama unateseka, unafaa uondoe hayo mateso na amani yake itakuweka. Kama huamini neon lake, usimuombe akufanyie kitu. Alisema kwa wale wote wanaomwamini, yoyote yanawezekana. Alifanya iwezekane. Atatufanyia lakini lazima tuwe tayari kumruhusu ayafanye. **Ni yetu leo kama tunaitaka.**

VII. Visa Viwili Vya Kubadilisha

Nimekuwa na visa viwili maishani mwangu.Visa viwili muhimu sana maishani mwangu ambavyo viligeuza maisha yangu na vikanipa amani. Nilikuwa naharibiwa, lakini sio familia ila na **chenye nilikuwa nafikiria**. Unaona, sio lazima tuathiriwe na chenye watu wanasema ama kufanya. **Kama tutaathiriwa, basi tutaumia.**

Mamangu alifariki nikiwa na umri wa miaka kumi na moja, pia alituacha na ndugu na dada zangu watano ambao walikuw wachanga. Baba yangu hakuwahi pika.hakufahamu chochote kuhusu watoto kwa sababu mara nyingi alifanya kazi mbali na nyumbani mara nyingi. Kulikuwa na ndugu na dada watano wachanga. Pengine hujui ni nini ndugu na dada wachanga hufanya. Hasa kama hawana mama na hawana mtu yoyote wa kuwachunga. Ni vyema kusema kuwa wangenipea wakati mgumu. Walikuwa wanasema." Unafikiria wewe ni nani Huwezi tuambia chenye tutafanya." Jje unafikiria ni nini kilimea ndani yangu? Fadhaa nyingi na mashida "tele". what to do." And what do you think developed inside of me? A lot of frustration and "junk".

Halafu, nilipokuwa na umri wa kumi na sita, nikaokoka. Hapo ndio vita ilianza sasa. Ndugu na dada zangu wakubwa walisema. " Yeye ni kilokole wa wa dini!" Waliwachukuwa watoto na kuwapeleka sehemu nyingine ya jimbo. Huko sikuruhusiwa kuenda kuwatembelea kwa sababu nilikuwa "kilokole wa dini." Walisema vitu vingi kunihusu lakini kama unavyojua hadithi zote hurudi kwa maskio yako. Kwa wakati huo nilikuwa naruhusu athari ya haya mambo kunisambaratisha. Nilikuwa na wito; Nilikuwa najua chenye Mungu anataka nifanye, lakini familia yangu ndio hii hapa.

Unaona, ni makosa kama tutashikilia familia kama Mungu anajaribu kututenganisha na familia ndio aweze kufanya jambo kwa maisha yetu. Sikuwa na shida na mungu; Nilimpenda Mungu. Lakini nisingemtumikia Mungu kwa saababu ya haya "mambo" yote yaliyokuwa ndani yangu. Na nilikuwa naenda chini, chini kwa hiyo njia nyingine, kwa sababu niliruhusu viti ambavyo watu wanasema ama kuvifanya, ama chenye shetani alifanya kunisambaratisha. Huu haukuwa mzaha; Ilikuwa jambo kubwa.

Siku moja Bwana alinipea wito na akaniambia niachane na familia yangu. Akasema," Niko na familia yako na hiyo ni familia yangu na watakuwa familia yako." Hiyo siku nilikuwa nimefika mwisho wa maisha yangu na nilikuwa najua. Nilikuwa najua sitaenda mbali na mungu akanipa mshangao. Alinishangaza. Akasema," Nimekuuliza uachane na hiyo familia na hujanitii. Sasa nakuamuru ufanye vile nakwambia." Na aliponiamrisha kufanya hivo, "Ndio Bwana." Nikaachana nao. Niliachana nao bila kusita na Mungu akatoa kila kumbukumbu yaenye machungu, kila kitu kilichokuwa kibaya. Siwezi kuambia hivi vitu vibnaya vilikuwa gani kwa sababu alivichukua na akavisambaratisha. Lakini lazima ningemruhusu afanye hivo.

Kama kuna chochote maishani mwetu ambacho

kinatuzuia kumruhusu Yesu kuchukua usukani wa maisha yetu, tunafaa kuviondoa. Hata kama ni binadamu ama vitu, tunafaa kuviachilia. Kwa sababu nitaachilia familia yangu ya kitambo, leo na miaka ijayo Mungu amanipea familia nzuri-Familia ya Mungu ikiwa na watoto wadogo amabao naweza kuwapenda. Familia yangu-Sio familia yangu tena-Wao ni "jamaa tu". Hiyo haithiri maisha yangu maanake Yesu aliniondolea. Lakini ilimbidi aniondolee. Tukiendelea kushikilia vitu ambavyo Mungu anasema tuziachilie. Vitatuchukua na vitusambaratishe. Lakini tukiviachilia, ako na kitu nzuri, **lakini bora tumruhusu afanye kazi yake.**

Mungu ako na Amani kamilifu ya kila mmoja wetu. Tukimruhusu asafishe nyumba zetu na aondoe vitu vyote ambavyo tumeendelea kushikilia. Mungu atafanya mambo makuu kwa siku chache. Unaona, Mungu atafanya kwa ajili yetu. Sababu wengi wetu bado wanatembea na mashida zetu ni kwa sababu hatujazikabidhi kwake.

Wakati mwingine nilikuwa nahubiri kwenye jimbo la California kaskazin. Nilikuwa nimehubiri mara nne hiyo siku na nikaenda kwa chumba change cha kulala na kuingia kitandani Bwan alikuja kwenye chumba change na kuanza kunifanyia upasuaji kichwani. Nilihisi akikifungua kichwa change name nikawmabia "Bwan, unafanya nini? Nilijua ni Bwana. Lakini ni kama nilikuwa na taswira ya chenye alikuwa anafanya. Nikasema, "Bwana, unafanya nini?"Akasema, "Natao kile ambacho hakifai kuwa hapa." Kisha nikahisi joto , Hisia ya joto Ikipita kwenye kichwa changu. Nikasema, "Unafanya nini?" Akasema, "Naweka roho yangu, mwangaza wangu hapo,na natoa giza yote." Kisha akaziba mahali hapo na, " Ninafunga huo mlango, ndio hivyo vitu nimetoa visirudi tena." Ilikuwa kitu cha kutukuzwa, na tangu hiyo siku maisha yangu yaligeuka.

Visa hivi viwili viligeuza maisha yangu kwa sababu Bwana aliondoa vitu ambavyo adui angetumia kusambaratisha maisha yangu.

Bwana aliniambia kuwa akaili ya ufahamu na akili fahamu ni kama kinasa sauti. Akili fahamu hunasa kila kitu chenye tunaona na kuskia kutoka wakati tuankuwa binadamu.Yote inawekwa kwa rekodi. Mambo yote yasiyokusaidia ambayo unaona kwenye televisheni, kila kitu unachokiskia kwenye redio, kila filamu unayoenda kuiona, haya mambo yote yanaekodiwa hapa ndani.

Hakuna nafasi kubwa sana ya kutumia ubongo wako kwa sababu yote imechafuliwa. Lakini Bwanaalisema, Ni yeye pekee ambaye anaweza kuufuta, na atayafuta kutoka kwetu.... Ila tu tumruhusu. Na hivo ndivyo alivyonifanyia. Sio kunitenganisha tu na watu lakini poia alichukuaa msururu wa mawazo yangu ndio hivi vitu visije vikaniathiri maishani. Mungu aligeuza maisha yangu ndio niweze kuvumilia watu, ndio niweze kuishi na watu na niweze pia kumskiza na kumtii

Mungu anataka kufanya hivi kwa kila mtu kama tunatamani yeye ageuze maisha yetu ndio tuweze kuwa vyombo vya upendo na amani yake. Pia furaha na uadilifu wake. Lakini hilo ni jukumu letu. Mimi husumbuliwa na mitazamo yetu. **Tunaishi chini ya kile Mungu ametupatia tukiruhusu haya mambo yatusumbue**. Bwana ako na jibu leo kwa neon lake. **Kama tunataka Amani kamilifu, atatupea.** Atatuondolea wasiwasi pia.

VIII. Hitimisho Na Sala

Sidhani kuna binadamu kwa hii dunia mwenye alikuwa

na wasiwasi mwingi kama mimi. Huo ni ukweli. Kutoka nikiwa mtoto mdogo nilikuwa na wasiwasi. Wakati wote nilikuwa na wasiwasi.

Sikuwa na kitu chengine cha kufanya. Lakini, ah, maajabu. **Mungu anatupenda sana.**angemchukua msichana mdogo kule Ohio akiwa miguu tupu na mwenye hakuwa na mbele wala nyuma, tena mwingi wa wasiwasi na hangeweza kufikiria kiwimawima na kugeuza maisha yake ndio Yesu angweza kumpa Amani. Na atakupa hiyo amani **Amani yake ni ya milele,** kama utatembea na yeye. Kama tutamruhusu atupe Amani yake kama inavyoendelea kuongezeka maishani mwetu, Basi itaendelea kuwa na nguvu Zaidi.

Wakati nilipokuwa nawalea watoto wangu, nilikuwa na hali ya kimwili ambayo ilikuwa mbaya sana. Kwa hao watoto wangu wawili, binti yangu alikuwa na miaka kumi na mbili na mwanangu alikuwa ma miaka kumi na tano. Iliwaabidi kuivumilia hali yangu ya mwili kwa sababu nilikuwa na shida ya ganzi.

Siku moja nilienda kwa mkutano, hapo nilikuwa najua mwanume mmoja. Basi niliona ni vizuri niende. Nilipokuwa naingia kwenye mkutano wake, huyo mwanaume akaniambia,"Dada, Bwana atakuponya ugojwa huu wa ganzi amabao umekuwa nao kwa muda mrefu sasa hivi." Na hivo tu, ugojwa ukapotea! Kutoka hiyo siku, sijawahi kuwa na ugojwa huo tena.. Nilikuwa na Amani ya mungu.. Nashukuru Mungu kwa upendo wake, Amani, utunzaji na kutukomboa na kutuweka huru kwa amani yake. Amina. Ni yetu siku ya leo kama tunaitaka.

Kam aunataka kuishi na mashida yako, kama unataka kuishi na haya mambo, basi ishi nayo, lakini Mungu ako na ukombozi wako. Ako na uponyaji. Ako na Amani. Amani kubwa sana kwa **siku ya leo** kama unaitaka.

NI JUKUMU LETU SISI. " BWANA UMEAMRISHA AMANI JUU yetu" Umefanya kumbukumbu zote kufa. Ni mungu mwenye nguvu aje mwenye sisi tunamtumikia. Ameiweka mikononi mwetu, lakini tutafanya nini nayo? Tutachukua tahadhari na tuskize kile anaposema na tumruhusu ageuze maisha yetu. Ama tutaendelea na njia ambayo tumekuwa tukifuata? Nitakwambia kitu kimoja. Najua utakuwa vibaya Zaidi na sio bora Zaidi isipokuwa kama utamruhusu alete Amani na akae ndani yako. Kwa kuwa Mungu Ameweka Amani juu yetu.

Amani yake- ndio tuweze kuishi kwa Amani yake, tutembee ndani ya Amani yake na tukuwe taifa lenye uadilifu na liwekalo ukweli. Asanti Mungu kwa neno lako. Hatuhitaji kulifafanua. Liko tu anavyosema. Napenda kupeana neno na kumruhusu roho wa mungu kufanya kazi ya kuongea kuhusu hili neno.

Baba, tunakutukusa wewe, Yesu, tunauliza, gusa kila mtu ambaye atalisikia hili neno. Yesu, Chochote kile ambacho ulitupea, huwa unatupea, Bwana, unajua, hitaji la kila mtu, kila mmoja wetu. Unajua hitaji lao wakati huu na Bwana, umehakikisha kuwa watapata Amani. Wanaposimama mbele yako, unaweza kuangalia kila moyo, kila ubongo, na kila mtazamo, kila kitu ambacho hakifananishwi na wewe. Yesu, nakuuliza uwatembeleee watu hawa na uwaweke huru. Wale wanaotaka kuwa huru, Bwana. Hili neno ambalo umetutumia nakushukuru. Umetutumia hili neno likiwa safi na halijaguswa na yeyote.Umetupatia neno sahihi, wakati huu. Sasa, Bwana, nakuuliza uweze kuangalia kila moyo, akili na kila mtu. Nakuuliza sasa ufanye kazi yako kwa kila kila mtu ambaye ako tayari kukuruhusu ndio **waweze kukuwa huru**. Mungu sasa tunakuuliza iutembee katikati yetu. Kwa jina la Yesu, Amina.

WACHA TUFANYE HAKIKI.

HAKIKI: KURUHUSU AMANI KAMILI YA MUNGU

Jaza Mapengo

1. "Wekeni malango yake wazi ndio _____ taifa liwekalo_____ liweze kuingia."
2. " Utamlinda yeye _____ _____ ambaye_____ umekaa kwako: kwa kuwa _____anakutumaini."
3. "Mtumainini BWANA siku zote Maana BWANA YEHOVA ni mwamba wa milele _____."
4. "Wakati wao _____ Wako duniani, wakaazi wa ulimwengu watajifunza_____."
5. "BWANA, utatuamuria_____ kwetu sisi."
6. " Msiambatane na mifumo ya hii dunia, lakini mkuwe _____ kwa _____ Ya ubongo wako."
7. " Tukitembea ndani ya _____ Kwa maana yeye ni mwangaza, tuko _____ Moja kwa moja, Na damu ya Yesu Kristo _____ sisi kutoka kwa dhambi."

Ukweli ama Uongo

1. ___ Neno la Mungu ndio suluhisho la shida zote maishani mwetu.

2. ___ Kinachomfanya mtu mkristo ni kuweka ukweli.

3. ___ Kukosa mwafaka kunaharibu wakristo wa leo.

4. ___ Sababu hatuna Amani kamilifu ni kwa sababu akili zetu hazijakaa kwake.

5. ___ Hukumu ya Mungu ni kwa binadamu.

6. ___ Mabwana wengine walikuja maishani mwetu kwa sababu hatukuchagua ukweli.

7. ___ "Dhambi la binadamu wa kale" ilikuwa laana amabayo tulipewa baada ya mungu kukosana na binadamu.

8. ___ " Tukiendelea kushikilia kwake Bwana na tufanye anavyosema, Kazi yake kuu ambayo ametupatia imekamilika kwa jina la Yesu."

9. ___ "Tukikosea, tukitenda dhambi, Tunakuja kwake na tunaomba atusamehe mara hiyo hiyo , na yeye hututakasa kutoka kwa dhambi."

10. ___ " Kama sisi, kupitia midomo yetu na matendo, tutapoteza mani, lazima turudi mahali ambapo tuliiipotezea na tuichukue tena."

11. ___ Kama kuna kitu chochote maishani mwetu amabacho kinatuzuia kumruhusu Yesu kuchukua usukani wa maisha yetu, tunafaa kukiondoa.

12. ___ Akili ya ufahamu na akili ya fahamu ni kama kinasa sauti.

13. ___ Bwana pekee ndiye anayeweza kufuta kila kitu ambacho tumejaza akilini .

14. ___ Hukumu ya Mungu ni kuharibu kazi za shetani.

Kulinganisha

1. ___ Ambapo ukweli ulienda

2. ___ Hali ya kanisa la mkristo

3. ___ Ni nani atakanyanga kwenye mji huo?
4. ___ Nani atawaondoa mabwana wa kitambo
5. ___ Mungu hataki kwa wakristo
6. ___ Akili ya ufahamu na akili ya fahamu
7. ___ Jibu lilipatikana hapa
8. ___ Mungu alituchagua
9. ___ "Hiyo siku"
10. ___ Sababu huleta wasiwasi
11. ___ Binadamu mzee wa dhambi
12. ___ Kubatizwa hutufanya

CHAPTER 2
MKAO AU MWINUKO

Mathayo 5. Heri.
   " Kwa nini tuna heri? Tuko nazo kwa sababu Mungu anatufundisha kuwa mkao mzuri. Ni vigumu sana mwanadamu kuwa na mkao mwema.
   Njia tu pekee ya kutuwezesha kuwa na mkao mwema ni kuwa na Yesu ndani yetu.Ukweli ni kwamba sio Yesu aliye ndani yetu, lakini ni upendo wake ambao anafaa auweke ndani yetu. Ninaona kujazwa kwa kimwili. Ninaweza kuona tunachoita upendo wa kimwili.Lakini haitoshi kubadilisha mkao wetu. Ni Mungu tu anayeweza kubadilisha mikao yetu. Unaweza kusema kuwa "hauishi karibu na watu ninaoishi nao. Hauwajui watu ninaowajua" Kuna dawa moja tu. Nayo ni Yesu.
   Si nusu ya yesu,lakini Yesu safarini yote.Upendo wake kwa kila kitu.Hizi ni sharia amazo tunafaa kuzifuata. Nilikuwa nafikiria kuwa maandiko ni ya kutusaidia kwenda mbinguni. La, ni yetu ya kuishi nayo. Ebu tulia na uangazie mtazamo wetu na uone kama tunamwakilisha yesu au tunawakilisha miili yetu. Nimesikia watu wakisema ' itabidi wanipende.

Hivyo ndivyo nilivyo. Ikiwa hawapendi jinsi nilivyo basi,hivyo ni vibaya sana.Itabidi wazoee' Tunafaa tuelewe kuwa ni Yesu ambaye hubadilisha maisha yetu. Tunaweza kufanya kwa njia yeyote ile tunadhani tunafanya ukweli lakini inajionyesha katika maisha yetu ya kila siku na mkao wetu.Jinsi tunaongea na kila mmoja wetu na kushirikiana na kila mmoja wetu.

Ninataka nimtambulishe Yesu wa kweli usiku huu.Yesu kristo ambaye Mungu alimtuma duniani kuwa alipenda sana dunia aliyoumba-Alitaka kila mtu duniani amjue mwanaweYesu.huo pia ni moyo wa baba.Tunaangalia dunia hii na yote ni vurugu.Mungu atakapoleta mahakama yake-ni mabaya zaidi kuliko vurugu.

Tutafanya nini? Ni kitu kimoja tu mungu anachohitaji kutoka kwetu- tuwe kama Yesu.

Kutoka kwa maandiko 'UPENDO WA MUNGU' ya Mchungaji wa mungu Agnes I Numer.

"ASUBUHI MOJA NILIAMKA SAA 6 HIVI NA NIKATEREMKA HADI CHUMBA CHA CHINI SAA 6:30. Nilimuona Annella aliyekuwa amekesha usiku wote na Agnes na nikamwambia kuwa nitakaa na Mchungaji Agnes I.Numer kwa nusu saa ya mwisho. Agnes alikuwa amelala na nikaelewa kuwa ametoa oksigeni yake. Nilipoirudisha aliamka na akaanza kuuliza maswali….kama kawaida. Nilimuuliza kama angependa nimsommee bibilia, Alisema "ni sawa."

Nilipokuwa ninasoma kitabu cha Mathayo tulifika kwenye sura ya 5,ilikuwa hisia isiyo ya kawaida kusomea Bibilia mwanamke ambaye alikuwa ameishi miaka mingi akinisomea. Picha zilifurika kichwani mwangu Agnes alipokuwa akituambia kwamba tuangalie kwenye kamusi maneno magumu ambayo tungepata kwenye heri. Ninakumbuka kuwa hili lilikuwa somo la kwanza kutuhubiria.Tumia heri hizi kama kipimo cha kiroho.Ninapata mahali ambapo ninaanguka na namuomba Mungu Anirundishe mahali hapo pa maisha.ndio mwishoni nisikimbilie patupu"

Teresa Skinner

Wacha Tufanye Ukaguzi Wa Kiroho.
Soma maandiko yaliyo hapo chini na ujibu maswali ya majadiliano.

MATHAYO 5.

1. Naye alipoona halaiki ya watu,alipanda mlimani; na alipokwisha kuketi,wanafunzi wake walimjia;

2. Akafungua kinywa chake ,akawafundisha, akisema,

3. Heri walio masikini wa roho;maana ufalme wa mbiguni ni wao.

4. Heri wenye huzuni ; maana atawafariji

5. Heri wenye upole; maana hao watarithi ulimwengu

6. Heri wenye njaa na kiu ya haki; maana hao watashibishwa.

7. Heri wenye rehema ; maana hao watapata rehema.

8. Heri wenye moyo safi; maana hao watamwona Mungu.

9. Heri wapatanishi;Maana wao wataitwa wana wa mungu.

10. Heri wanaohukumiwa kwa ajili ya haki; maana ufalme wa mbinguni ni wao.

11. Heri nyinyi ambao mtashtumiwa na kuteswa na binadam na watasema maovu kwa ajili yangu

12. Furahieni ,na kushangilia;kwa kuwa dhawabu yenu ni kubwa mbinguni;kwa maana hivyo ndivyo walivowatesa manabii waliokuweko kabla yenu

13. Nyinyi ni chumvi ya dunia. Lakini chumvi ikiwa haina ladha yake, itatiwa nini ndio ladha irudi?Haifai tena kabisa, ila kutupwa nje na kukanyangwa na watu.

14. Ninyi ni nuru ya ulimwengu. Mji hauwezi kusitirika ukiwa juu ya mlima.

15. Wala watu hawawashi taa na kuiweka chini ya pishi, bali juu ya kiango; nayo yawaangaza wote waliomo nyumbani.

16. Wacha hiyo nuru yenu iangaze mbele ya watu, wapate kuyaona matendo yenu mema ,wamtukuze baba yenu aliye mbinguni..

Kamusi Inasema nini kuhusu maneno haya kwa Mathayo 5

-Maskini kwa roho

-Huzuni

-Upole

-Haki

-Mwenye rehema

-Wapatanishi

-Kuteswa

Jifundishe na uandike maana ya maneno haya kwa lugha ya kigiriki.

-Ufalme wa mbinguni
-Farijika
-Kurithi ulimwengu
-Shibishwa
-Pata rehema
-Wenye haki
-Watamwona Mungu
-Watoto wa Mungu
-Haki kwa ajili yake

MAANDIKO HAYA YANAJIDHIHIRISHA AJE KWA MKAO WANGU

HERI ZINASEMA KUWA SISI NI NURU YA DUNIA – UNAJIONAJE kama mwangaza humu duniani.

Unaoneshaje "mwangaza" kwa wale wote ambao wako nyumbani kwako?

SOMA MAANDIKO YALIYOHAPO CHINI NA UJIBU YA majadiliano.

Mathayo 5:

17. MSIDHANI KUWA NILIKUJA KUIHARIBU TORATI AU MANABII. la, sikuja kuiharibu bali, bali kuitimiza

18. Kwa uhakika, nawaambia mpaka mbingu na nchi zitakapoondoka, dakika moja wala nukta moja haitaoondoka, hadi yote yatimie.

19. Basi mtu yeyote atakayevunja moja wa amri,

atafunza binadamu ndio aweze kuitwa kwenye ufalme wa mungu. Lakini yeyote atakaye fanya hivo na kuwafundisha watu, ataingia katika ufalme wa mbinguni.

20. Maana nawaambia ya kwamba haki yenu isipozidi hiyo haki ya waandishi na mafarisayo ,hamtaingia kwamwe katika ufalme wa mbinguni.

21. Mmesikia watu wa kale walivyoambiwa,usiue, na mtu akiua, itampata hukumu.

22. Bali mimi nawaambia, kila mtu ambaye ako na hasira kwa ndugu yake bila sababu, itampasta hukumu; na mtu akayesema,ndugu utahukumiwa na baraza: lakini mtu akayesema."Wewe mjinga" ataenda jehanamu.

23. Basi ukileta sadaka yako madhabahuni , na huku ukikumbuka kuwa ndugu yako ana neno juu yako,,

24. Iache sadaka yako madhabahuni , uende zako , kwanza umsamehe ndugu yako, kisha urudi utoe sadaka yako.

25. Patana na mshitaki wako upesi, wakati uwapo pamoja naye njiani;yule mshitaki asijje akakupeleka kwa kadhi, na kadhi akakupeleka kwa askari, ukatupwa gerezani.

26. Amini, nikuambia, hutoki humo kamwe hadi ulipe senti ya mwisho.

27. Mmesikia kwamba imenenwa , usizini

28. Lakini mimi nawaambia ,kila mtu atazamaye mwanamke kwa kumtamani, amekwisha kuzini naye moyoni mwake.

Ulikuwa Unajua:
"Chini ya mtu mmoja kwa wakristo kumi wamebaki

wakizini , wakifanya ngono ushoga, matusi, kulewa na kuavya mimba na yote yanakubalika kimaadili.
   UTAFITI WA BARNA

NOVEMBA 2003

KWA WATU WA KANISA THYATIRA: "LAKINI NINA NENO JUU yako,ya kwamba wamrithia yule mwanamke Yezebeli, yeye ajiitaye nabii na kuwafundisha watumishi wangu na kuwatongoza ,ili wazini na kula vitu vilivyotolewa sadaka kwa sanamu". Ufunuo 2 2:20

HAIJALISHI KILA MTU ANACHOFANYA ; INAJALISHI SANA ninachofanya. Maandiko yafuatayo yanatuonyeshaje ukweli huu wa bibilia vipi?

JE MIMI NA WEWE TUTAZIFUATA AJE NA KUFUNDISHA AMRI HIZI?
   Soma mstari wa 27-28 leo ni siku ya kuangalia mioyo yetu.
   Unajionaje ukisaidia ushirika wako kutembea kwa utakatifu?

MARA MINGI TUNAONGEA MENGI ......JE? TUNAMANISHA tunacho sema na kusema tunacho maanisha?

Mathayo 5:44. Lakini mimi nawaambia, wapendeni adui zenu, waombeeni wanaowaudhi.

Leo watu wengi wanatuchukia, au hawatuvumilii tunawezaje kuleta sura ile hapo juu maishani mwetu?

MATHAYO 5:46 . MAANA MKIJWAPENDA WANAOWAPENDA NINYI mwapata dhawabu gani?Hata watoza ushuru,je? Nao hawafanyi yayo hayo?

HATA WATOZA USHURU, JE? NAO HAWAFANYI YAYO HAYO?

NI RAHISI KUSAHAU....

Mathayo 5:47.Tena mkiwaamkia ndugu zenu tu , mnatenda tendo gani la ziada? Hata watu wa mataifa jel nao hawafanyi kama hayo?

NI RAHISI KUSAHAU ......HASWA TUKIDHANI KUWA SISI NI watu, mhubiri. Kiongozi…...

Mathayo 5:48 Basi ninyi mtakuwa wakamilifu , kama Baba yenu wa mbinguni alivyo mkamilifu.

Ni rahisi sana kusahau lengo............ Kuwa kama yesu kwa kila kitu tufanyacho.

HAKIKI: MKAO AU MWINUKO

1. Kwa nini Yesu alitupa heri?
    a. Alitaka maisha yetu yawe magumu.
    b. Mungu anatufundisha tuwe na mkao mzuri.
    c. Alitaka tuwe na mishororo mingi ya kukariri.

2. Ni vigumu sana mwanadamu kuwa na mkao mzuri.
    a. Ukweli.
    b. Uwongo.

    3. Ni njia gani kamili inayoonyesha kuwa tunaweza kuwa na mkao mzuri.
    a. Kusoma bibilia kila mara
    b. Kufunga na kuitunza nidhamu sisi wenyewe.
    c. Tuombe mungu atupe upendo wa Yesu mioyoni mwetu
    d. Majibu yote ni sawa.

    4. Upendo wa binadamu unatosha kuwa na heri kwa watu wote.
    a. Ukweli

b. Uwongo.

5. Tutaonyesha nani upendo wa Mungu?

a. Watu wa familia

b. Rafiki zetu.

c. Adui zetu.

d. Watu wa kanisa yetu ambao hatuwajui.

e. Majibu yote ni sahihi.

6. Maandiko haya yanatumikaje kwa "mkao" wa Mungu ?

a. Inanionyesha jinsi wengine wanafaa wanichukue

b. Si ya umuhimu.

c. Mimi ni kiongozi na sihitaji andiko hili.

d. Inanionyesha mahali pa kubadilisha.

7. Unapeanaje "nuru"kwa wale wote walio nyumbani. (CHAGUA angalau 4)

a. Ninamuuliza jinsi ya kupenda wengine.

b. Ninawaambia wengine maandiko hata kama hawataki kusikiliza.

c. Naongea na wengine kuhusu vitu vinavyowahusu.

d. Ninaambia wengine kuhusu Yesu.

e. Ninapigania rangi yangu na marupurupu.

f. Ninaalika wengine kanisani.

g. Ninadhibitisha wengine kuhusu maoni yangu ya kisiasa.

h. Ninapatia watu bidhaa za vyakula na matumizi ya nyumbani kwa wale ambao hawana chakula.

8. " Lakini nina neno juu yako, ya kwamba wamridhi yule mwanamke Yezebeli yeye ajiitaye nabii na ……. na……………ili …………..na kula vitu vilivyo tolewa sadaka kwa sanamu.

9. Heri zinatufundisha kuonyesha upendo wa Mungu kwa wale wasio wavumilivu kwa maisha yetu ya kila siku.
   a. ukweli
   b. Uwongo.

CHAPTER 3
BWANA AMETUTEULIA AMANI

Isaya 26:12. "Bwana utatuamuria amani ; maana ni wewe pia uliyetutendea kazi zetu zote. 13. Ee Bwana Mungu wetu, mabwana wengine zaidi ya wewe wametumiliki; lakini kwa msaada wako peke yako tutalitaja jina lako. 14. Wao wamekufa, hawataishi; wamekwisha kufariki, hawatafufuka; kwa sababu hiyo Umewajalia na kuwaangamiza na kupoteza ukumbusho wao."

"Bwana, utatuamria amani…" Kwa nini alinena hivyo? Alisema hivyo kwa sababu alitaka iwe hivyo. Anaitutamania- lakini ni kwa ajili yetu kuipokea. Alisema, "Ndio muwe na amani." Kama Ametuteulia amani, hebu tuipokee amani hiyo. Amefanya-ambayo ni kuunda kazi zetu ndani yetu…chochote tulicho anaweza kututengeneza.

Si kutaka kwetu ambako hutupa nguvu kuwa na amani- tunaweza kuwa nayo tu tukiikubali. Tukiwa na wasiwasi badala ya kukubali upendo wake, hatutaipokea. Mabwana wengine wanatuibia upendo huo. Yesu alisema "Nawapa upendo wangu" tusipoupokea; tunaweza kuupataje? Ukiwa na mabwana wengine maishani mwako, hautapata amani

Kabla ya kupata upendo wa Mungu inatubidi tusafishe nyumba kwa kukiri na kukataa mabwana wengine "Ee! Bwana Mungu wetu, mabwana wengine wamepata mamlaka juu yetu. Lakini kwa upendo wako tu tunalitaja jina lako." Hatutataja yale mabwana wengine tutawakataa, tutatamka kirasmi kuwa tumewatupa. Hatutawataja tena.

MUNGU ALISEMA "WAO WAMEKUFA, HAWATAISHI, WAMEKWISHA kufariki, hawatafufuka! Kwa sababu hiyo umewatembelea na kuwaangamiza na kupoteza ukumbusho wao". Mungu alichukuwa wale mabwana wa kirasmi na akawaharibu. Tukikubali tu yesu achukue mabwana hao na awaharibu Mungu atafanya ukumbusho wao kupotea- hatutakumbuka vitu vya kutisha tena..........Tutakuwa na upendo wake na atabadilisha maisha yetu na atupe amani yake.Yesu aliambia dhoruba. " nyamaza utulie" Roho mtakatifu alipeana amani yake kupitia kwa wanafunzi wake walipohudumia watu.Ikiwa watu walipata neno lake, amani ilibaki. Ikiwa watu watakataa neno la Yesu alisema "Panguzeni vumbi miguuni mwenu". Mathayo 10:13-14.

YESU ANATUPATIA AMANI HII LEO.LAZIMA WATU WAPOKEE ukweli ndiposa maisha yao yabadilike. Wakikataa ukweli, hatakuwa na amani tena. Ukipoteza amani yako,jiulize mahali uliipotezea, ulikuwa wapi wakati uliipoteza? Ulikuwa ukifanya nini? Mungu alikuwa amekwambia kufanya nini? Rudi pale pale na upate amani yako tena.Mungu anasema, ninawapa amani yangu si kama dunia inavyowapa, moyo wako usiwe na wasiwasi, tumaini yako iweke kwangu kwa sababu mimi ni mwangaza wa dunia.

KAMA UKO MAHALI NA HAUSIKII AMANI YA MUNGU, NYAMAZA na umuulize Mungu, nini kilifanyika? Tii Mungu hautaki kuwa mahali Mungu hayuko. Tunafaa tiwe na amani barabara na tufanye kile ambacho Mungu anahitaji tufanye. Tukiwa na ukweli pamoja na udanganyifu-tutakuwa tumechanganyikiwa. Tutajua aje kile ambacho tunahitajika tufanye? Tutaongozaje wengine?

JE KANISA INAELEWA KUWA TUNAWEZA KUJAZWA NA AMANI YANGU KAMILI? Dunia inataka njia yao, lakini yesu anataka tuje kwa mwangaza. Wengine wakikataa ukweli watachanganywa, lakini tutasimama na ujasiri na tutapata amani yake kamili.

WAKATI MWINGINE IBILISI ANAPOONGEA NASI, ANATUFANYA kuwa na shaka wakati mwingine; usimsikilize, mwambie " hauishi ndani yangu tena!" hautakiwi kujadili na ibilisi, hautakiwi kuogopa. Neno la mungu liko ndani yetu na ni yeye anayetuweka mbali na uoga . Hakuna sheria juu ya ukweli, amani na upendo na hakuna yeyote anayeweza kuindoa kutoka kwako. Tukiamini neno la Mungu ibilisi hawezi kuwa na athari nasi. Majaribio yatakuja na hapo ndipo unafaa usimame kwa neno la Mungu. Atatumia majaribio ili tuwe imara. Yesu alipojaribiwa alisema " imeandikiwa." Alikuwa mshindi juu ya adui. Nasi pia ndivyo tulivyo kwa sababu tunaamini kwa ukweli wa bwana.

Mungu alituteulia amani, ametupitusaidia kushinda majaribio, tumesimama kwa ukweli. Kwa hivyo Mungu anaweza kututumia kusaidia mtu mwingine.

Ee! Mungu wangu kupitia kwako nitalitaja jina lako. Mabwana wa kale wamekufa – kama wamefariki, wamekufa. Tukijaribu kulima yaliyopita, tutakuwa tunalima miili iliyokufa. Wameenda. Tunapomkubali Mungu aweke amani yake barabara ndani yetu, "**mabwana wa kale hawaishi tena**". Aliiteuwa, Aliitamani na aliihitaji iwe vilivyo.Chochote kilicho katika uwezo wake ni chako- Je Utafanya nini nacho?

Tunapata wapi ukweli? Kutoka kwa neno lake. Unajuaje una ukweli? Yesu alisema " Mimi ni njia ukweli na mwangaza" yeye ni njia ya kurudi kwa baba. Hakuna njia nyingine. Kwa kuzaliwa upya. **Mfalme wa amani anakuja kuishi ndani yetu.** Tukikiri dhambi zetu,atatusamehe na atupe amani ,maisha yake, upendo wake na atujaze na mwangaza wake. Hivyo basi tutajua kuwa dhambi zetu zimechukuliwa na amani barabara ipo.Neno lake lililoandikwa lazima liwa na nguvu ndani yetu.Yesu ndiye neno lenye uhai ndani yetu.

"Mungu anataka kutumia wewe kusaidia wengine"
Baada ya kuleta amani hii maishani mwako. Anataka kukutumia kama mwangaza duniani humu kwa wengine.

Pambanua mahitaji waliyonayo maishani mwao ambao hawana amani. Hebu wasome Isaya 26 na wajue kwamba huo ni upendo wa bwana kwao. Kuwa Yesu alikufa na akafufuka kuwa wawe na amani na maisha ya milele. Uombe nao ukiamini miujiza kwenye ubongo wao, hisia zao na mioyoni mwao. Mungu ataponya palipoharibiwa na mahali palipo sononeka na kuleta amani.Atawaonyesha jinsi ya kuwa mwanaume au mwanamke wa Mungu.Atawaonyesha kusoma neno lake na kumjua. Watie moyo kuwa mbali na wasirudi mahali au kufanya vitu mahali ambapo wale mabwana wa kale wana uongozi. Hiki ndicho kitu Mungu anafanya. " Ni Mungu tu pekee anayeweza kuleta amani hii" Amani inayozidi kuelewa na watu. Hatuwezi kuponya mtu kutoka kwa msononeko.Yeye tu anaweza. Na anavyofanya,Oh Adhama! Oh fahari. Tunawachwa Huru.

Mungu anakutakia amani, anaikutamania……….. Je? Uko tayari kupata amani yake sasa?

. . .

Maandiko yametolewa kutoka kwa kitabu cha Isaya 26 na mhubiri Agnes I Numer.

HAKIKI: MUNGU UMETUTEULIA AMANI

1. Tuna nguvu za kuwa na amani sisi wenyewe
   a. Ukweli
   b. Uongo

2. Mungu ametutengezea njia ili tuwe na amani kupitia kwa;
   a. Kutia wasiwasi kwa hiyo.
   b. Kujaribu sana kuwa nayo.
   c. Kukubali amani anayetupa.

3. Kuwa na amani tunafaa tuondoe mabwana wengine kwa;
   a. kuwakataa
   b. kuwapatia alama rasmi ya kufukuza mpagaji
   c. Kupigana nao hadi asubuhi.

4. Kwa maisha yetu kubadilika, ni lazima tu;
   a. Tusome sana vitabu.
   b. Tushindwe kila mara
   c. Tupokee ukweli.

5. Hatutakikani kuogopa ibilisi kwa sababu;

a. Tunajua mahakama yake ya wakati ujao.

b. Neno la Mungu liko ndani yetu na ni yeye anaye tuwezesha tusiogope.

c. Tuna msalaba kwa shingo yetu.

6. Mungu anapotusaidia na tuwe na ushindi, Tunaweza kusaidia mtu mwingine.

a . Ukweli

b . Uongo.

7. Kujaribiwa kutakuja kutufanya wadhaifu?

a. ukweli

b. uwongo.

8. Mabwana wa kale wamekufa,wamefariki hawawezi kutuathiri ila tu;

a. Tukitetenda dhambi yoyote

b. Tukiabudu sana.

c. Tukilima yale yaliyopita.

9. Tunaweza kusaidia watu wengine kwa kuwaletea kuelewa kuwa Munngu anataka wawe na amani.

a. Ukweli

b. uwongo.

10. Tunaweza kuponya mtu kutoka kwa kusononeka na tunaweza kuwapatia amani hii.

a. ukweli

b. uwongo.

CHAPTER 4
VITA VYA KIROHO

Vita vya kiroho vinasikika kama kitu ambacho tunafanya. Bali ni Mungu ndiye anayeifanya ndani yetu, kama Mungu haifanyi, hatuwezi pia. Mungu alikuja ili wafungwa wawe huru. Anataka watu wake wawe huru kuliko sisi tutakavyo.

Katika mwendo wa somo hili, Mtegemee akuongozekwani anataka kusaidia na huruma yake yule aliyeharibiwa. Kumbuka tunataka tufanye tu kile tulichoona Mungu akifanya. Pia ni vizuri tusifanye vita vya kiroho pekee yetu. Uwe pamoja na mtu ambaye ni askari wa majira.

'Vita si yetu ni; **ya Mungu**".

Nahodha Wa Jeshi

Yoshua 5: 13-15 Ikawa, wakati Yoshua alikuwa karibu na Yeriko, akainua macho yake, akatazama, na tazama, amesimama mtu mbele yake, mwenye upanga mkononi mwake; na Yoshua akaenda akamwuliza, Je! wewe ni wa upande wetu au wa wapinzani wetu? 14 Akasema, La! lakini kama mkuu wa jeshi la BWANA niko, sasa naja. Basi Yoshua akaanguka kifudifudi, akasujudu, akamwuliza, Je! Bwana wangu unamwambia nini mtumishi wake?Kwa maana mahali pale unaposimama ni takatifu. Yoshua akafanya hivyo.

Mungu hayuko kwetu - sisi ni wake. Katika maisha yetu ya kila siku tafuta mabadiliko ambayo Mungu anapenda kufanya. Sio jinsi tunataka kumbadilisha rafiki yetu au mwenzi wetu. Wakati tunakabiliwa na hitaji kubwa la Vita vya Kiroho, tunakumbuka kwamba Mungu anampenda mtu huyo kuliko tunaweza - alituma sana Mwanawe afe na kuishi kwa ajili yao. Lazima tumruhusu Mungu kupigana vita.

Funguo 3 za vita ya kiroho

Sio kwa nguvu wala kwa nguvu bali kwa Roho yake Zekaria 4: 6 Ndipo akajibu, akaniambia, akisema, Hili ndilo neno la Bwana Zerubabeli, kusema, Si kwa nguvu, wala si kwa nguvu, bali kwa roho yangu, asema. BWANA wa majeshi.

Yesu alifanya kile alichomwona Baba yake akifanya:
Yohana 5:19 Ndipo Yesu akajibu, akawaambia, Amin, amin, nawaambia, Mwana hawezi kufanya neno lolote mwenyewe, ila tu kile anachomwona Baba akifanya; anafanya, Mwana pia hufanya hivyo.

Damu ya Yesu - ililipa yote.
Moja ya filamu kali zaidi za vita ambayo Yesu alipigania inaweza kuonekana kwenye sinema ya *Passion of Christ*. Katika vitisho vyote vinavyoonekana; tunaona Kristo akichapwa mijeledi, kupigwa na kutundikwa msalabani, lazima tugundue kwamba hofu ambayo Yesu alipata ilikuwa kubwa zaidi kuliko inavyoweza kuonyeshwa kupitia sinema. Yesu alilipa gharama ili kubeba mamlaka juu ya shetani. Tunagonga tu na kutembea kwa mamlaka Yake.

HAKIKI: AMIRI WA JESHI LA BWANA.

SHUJAA
Mungu anaruhusu mazingira katika maisha yetu kutuangamiza bali kutufundisha na kutuimarisha.
Fundisha mikono yangu vita - Zaburi 18: 34-40
Kwa maana Mungu ni nani, isipokuwa BWANA? Namwamba ni nani ila Mungu wetu? 33 Mungu ni nguvu na uweza wangu, Naye huifanya njia yangu kuwa kamilifu. 34 Huwafanya miguu yangu iwe kama miguu ya kulungu, Na kuniweka juu ya mahali pangu palipoinuka. 35 Yeye hufundisha mikono yangu vita; hata upinde wa chuma umevunjwa na mikono yangu. 36 Nawe umenipa ngao ya wokovu wako, Na upole wako umenifanya niwe mkuu. 37 Umezipanua hatua zangu chini yangu; hata miguu yangu haikuteleza. 38 Nimewafuata adui zangu, na kuwaangamiza; wala sikugeuka tena hata nilipomaliza. 39 Nami nimewaangamiza, na kuwachinja, wasiweze kuamka;

Naam, wameanguka chini ya miguu yangu. 40 Kwa maana umenifunga nguvu za vita. wale ambao walinipinga umewatiisha chini yangu. Pia tazama 2 Samweli 22:35.

Zaburi ya Daudi. 1 Ahimidiwe Bwana, nguvu yangu, **Afundishaye mikono yangu vita, na vidole vyangu kupigana**; 2 Wema wangu, na ngome yangu; mnara wangu mrefu, na mkombozi wangu; ngao yangu, na ninayemtumaini; anayewatiisha watu wangu chini yangu. Zaburi 144: 1, 2 (Kwa maana silaha za vita vyetu si za mwili, bali zina nguvu kwa Mungu hadi kubomoa ngome;) 2 Wakorintho 10: 4

Watu wameniambia kwamba wanavaa silaha za Mungu kila mwili. siku. Ninawaambia "Siichukui kamwe." Wakati wa usiku ni mapambano kwa watu wengi. Silaha za Mungu ni sawa na kuvaa Bwana Yesu Kristo. Unamvalisha na haumtoi. Kuna nyakati maalum ambazo tunataja silaha hizo - na kutambua matumizi yake.

Silaha ya Mungu.
"10 Mwishowe, ndugu zangu, iweni hodari katika Bwana, na katika uweza wa nguvu zake. 11 Vaeni silaha zote za Mungu, mpate kuweza kusimama juu ya hila za Ibilisi. 12 Kwa maana kushindana kwetu sisi si juu ya damu na nyama, bali na falme, na mamlaka, na wakuu wa giza hili, na uovu wa kiroho katika mahali pa juu. 13 Kwa hiyo

chukueni silaha zote za Mungu, mpate kuweza kusimama siku ya uovu, na mkiisha kumaliza yote, kusimama. 14 Simameni basi, mmejifunga viunoni mwenu na ukweli, na mmevaa kifuko cha kifuani cha haki. 15 Miguu yako imevikwa utayari wa Injili ya amani; 16 Zaidi ya yote, chukueni ngao ya imani, ambayo kwayo mtaweza kuzima mishale yote ya moto ya yule mwovu. 17 Chukua kofia ya chuma ya wokovu, na upanga wa Roho. ambalo ni neno la Mungu: 18 tukisali kila wakati kwa sala na dua zote katika Roho, na kukiangalia kwa uvumilivu wote na dua kwa watakatifu wote. Waefeso 6: 10-18

VITA NI VYA BWANA-SI VYETU.

Ikiwa ulienda kituo cha jeshi na kutumia silaha zao - haimaanishi kuwa uko kwenye jeshi. Ikiwa uko kwenye jeshi jambo la kwanza unalotangaza ni utii wako kwa nchi hiyo, serikali na maafisa wanaokufundisha na kukuongoza. Kwa sababu tu watu "hutabiri, kutoa pepo na kufanya kazi za ajabu" haimaanishi kwamba wanafanya kile Mungu anawaonyesha wafanye. Haimaanishi kuwa wanasukumwa na huruma au kwa utii kwa Mfalme wa Wafalme.

Mathayo 7 "Fukuza Mashetani" - sikuwajua kamwe.

Sio kila mtu aniambiaye, Bwana, Bwana, atakayeingia katika ufalme wa mbinguni; bali yeye afanyaye mapenzi ya Baba yangu aliye mbinguni. 22 Wengi wataniambia siku hiyo, Bwana, Bwana, hatukutabiri kwa jina lako? na kwa jina lako kutoa pepo? na kwa jina lako kufanya miujiza mingi? 23 Ndipo nitawaambia, Sikuwajua ninyi kamwe; ondokeni kwangu, ninyi mtendao maovu. Mathayo 7: 21-23

Mungu anafundisha mashujaa kwa Ufalme wake ambao watajua yeye ni nani; fuata mwelekeo Wake na ambao huenda na Upendo Wake. Halafu, tutakapokutana naye, atasema mkaribishe nyumbani mtumishi wangu mwaminifu. Kugeuka na mimi kwake.

2 Nyakati Za Kale 20

Yehoshafati alikuwa na shida kubwa. Adui alikuwa aharibu ufalme wake. Majeshi matatu - ukitaka, walikuwa wakiongozwa na wazo moja akilini. Uharibifu! Wacha tuone ni hatua gani Yehoshafati alichukua.

Yehoshafati alijifunga kula chakula na kumuomba Mungu.

1 Ikawa baadaye, wana wa Moabu, na wana wa Amoni, na hao wengine pamoja na Waamoni, walikwenda kupigana na Yehoshafati. 2 Wakaja watu waliomwambia Yehoshafati, wakisema, Kuna watu wengi wanaokujia juu yako kutoka ng'ambo ya bahari upande huu wa Shamu; na tazama, wako katika Hazazontamar, ndio Engedi. 3 Yehoshafati akaogopa, akaazimia kumtafuta Bwana, akatangaza kufunga kwa Yuda yote. 4 Yuda wakakusanyika pamoja kumwomba Bwana msaada; hata katika miji yote ya Yuda walikuja kumtafuta Bwana.

Jibu la Mungu kwa Yehoshafati.

2 Mambo ya Nyakati 20:15 Akasema, Sikilizeni, enyi Wayahudi wote, na ninyi wenyeji wa Yerusalemu, na wewe mfalme Yehoshafati, Bwana awaambia hivi, Msiogope wala

msifadhaike kwa sababu ya mkutano huu mkubwa; kwa maana vita si vyenu, bali ni vya Mungu..

Mungu alipojibu Yehoshafati, Alimwabudu.

18 Na Yehoshafati akainama kichwa, kifudifudi; na Yuda wote na wakaaji wa Yerusalemu wakaanguka mbele za Bwana, wakamsujudia Bwana. 19 Na Walawi, wa wana wa Wakohathi, na wa wana wa Wakora, wakasimama ili kumsifu Bwana, Mungu wa Israeli, kwa sauti kuu juu.

Yehoshafati aliamka asubuhi na mapema na kutii Mungu

20 Wakaondoka asubuhi na mapema, wakaenda katika jangwa la Tekoa.

Yehoshafati aliweka waimbaji na wachezaji mbele kumsifu Mungu.

21 AKAISHA KUSHAURIANA NA WATU, AKACHAGUA WAIMBAJI WA Bwana, na ambao wamsifu uzuri wa utakatifu, walipokuwa wakitoka mbele ya jeshi, na kusema, Msifuni Bwana; Kwa maana fadhili zake ni za milele. 22 Nao walipoanza kuimba na kusifu, Bwana akaweka waviziaji juu ya wana wa Amoni, na Moabu, na mlima Seiri, waliokuja juu ya Yuda; na wakapigwa.

Yehoshafati alikusanya mateka

25 Na Yehoshafati na watu wake walipokuja kuchukua nyara zao, wakapata kati yao utajiri mwingi pamoja na maiti, na vito vya thamani, walivyoviteka wenyewe zaidi ya vile walivyoweza kuchukua; siku tatu katika kukusanya nyara, ilikuwa nyingi.

Yehoshafati alichukua muda maalum kumshukuru Mungu kwa kuingilia.

26 Na siku ya nne wakakusanyika katika bonde la Beraka; maana huko walimhimidi BWANA; kwa sababu hiyo jina la mahali hapo likaitwa, Bonde la Beraka hata hivi leo. 27 Ndipo wakarudi, kila mtu wa Yuda na Yerusalemu, na Yehoshafati akiwa mbele yao, ili kurudi Yerusalemu kwa furaha; kwa kuwa BWANA alikuwa amewafurahisha juu ya adui zao. 28 Wakafika Yerusalemu na vinanda, na vinubi, na tarumbeta nyumbani kwa Bwana. Na hofu ya Mungu ikawa juu ya falme zote za nchi hizo, waliposikia ya kuwa Bwana anapigana na adui za Israeli.

Uwepo wa Mungu-kificho chako- Ufunguo wako. Funguo zingine.

- HAUWEZI KUTOA KILE AMBACHO HAUNA.
- Kama Mungu hajakupa mwongozo-usisonge kwa dhana.
- Hakuna kuogopa-Usipatie nafasi uoga
- Usilenge kwa adui.

LENGA KWA KILE MUNGU ANFANYA NA KUSEMA-SASA HIVI. JE! Ni nini hitaji kuu la mtu huyu? "Mungu tunapaswa kuombaje katika hali hii? Unaelekeza wapi? " Usipe nafasi ya kuwa na wasiwasi na hofu. Tafuta Neno la Mungu ili kujua neno Lake linasema nini kuhusu hali hiyo. Ingawa tunamtafuta na kumngojea Mungu kwa mwelekeo Wake haimaanishi kwamba hatufanyi chochote - ikiwa unahitaji kazi, amka asubuhi na mapema na uombe, jisafishe na uende kutafuta kazi. Katika jeshi askari huandaa silaha zake na kusubiri amri zake. Fanya kile unachojua unapaswa kufanya na pia subiri kwa Mungu.

Nyimbo kwenye Vita-Yehoshafati alifanya nini?

Kusifu na kuabudu ni ufunguo muhimu. Mungu anakaa sifa za watu wake na wakati tunamhudumia mtu au tunapigania maisha yetu wenyewe, tunahitaji uwepo Wake. Sifu wahudumu kwa Mungu na wahudumu pia kwetu.

Enda 2x2

Wakati unasali ukombozi kwa mtu, ushauri, au kuwahudumia - chukua mtu mwingine. Ukiingia katika nafasi ambayo lazima uhudumie au kushauri mtu wa jinsia weka moyo wako mbele za Mungu na uchukue mtu mwingine. Usihusike nao kihemko hivi kwamba unakosa kuwasaidia. Ni bora wanaume wahudumie wanaume na wanawake kwa wanawake.

AKAWAITA WALE KUMI NA WAWILI, AKAANZA KUWATUMA wawili wawili; akawapa nguvu juu ya pepo wachafu Mathayo 6: 7

Usikemee kwa hasira, kiburi au fahari.

Hauwezi kukemea dhambi na dhambi. Hasira, kiburi na fahari ni dhambi. Kwa sababu unaudhiwa haimaanishi kuwa ni pepo chafu au inasumbua Mungu. Nimesikia watu wakisema "Ninakufunga kwa jina la Yesu." Wakiongea na waume/wake wao au ndugu zao kwa sababu mtu huyo hafanyi wanachotaka.Si kwa ajili yetu! Inahusu upendo wa Mungu kuonyeshwa duniani ili watu wamjue!

Tunaomba na kufunga kwa kujifikiria kibinafsi au kwa wokovu wao?

Linda moyo wako.

. . .

Hisia za watu huwa juu wakati huo, tunafaa tulenge kuwa si kwa ajili yetu, ni kwa ajili ya **upendo safi wa Mungu unaoonyeshwa kwa mtu huyo**, ili wapone na kurejeshwa wawe wazima.

Linda moyo wako kwa bidii yote; Maana ndani yake yatoka chemchemi za uzima. Mithali 4:23 Kwa hiyo yeye anayejidhania na aangalie asianguke. I Wakorintho 10:12 Ndege anaweza kuruka juu lakini usiwaache wakae juu ya kichwa chako. Mawazo, mawazo, mawazo ... Mara tu tunapokuwa huru na vile vile wakati tunafanya kazi na wengine, wazo linalokujia akilini haimaanishi kuwa ni "shetani" au kwamba tumeshindwa. Mawazo mabaya yanapokuja, usiyachukua na kukaa juu yake. Wala hatuhitaji kujihukumu kwa sababu wazo lilikuja akilini mwetu. Atabadilisha maisha yetu na akili zetu tunapomtafuta na kumruhusu.

Ndipo nitawanyunyizia maji safi, nanyi mtakuwa safi; nitawatakasa na uchafu wenu wote, na kwa sanamu zenu zote. Ezekieli 36:25.

Ili apate kuitakasa na kuitakasa kwa kuosha maji kwa neno, 27 Ili ajipatie kwake kanisa tukufu, lisilo na doa, wala kasoro, wala kitu kama hicho; bali iwe takatifu na bila mawaa. Waefeso 5: 26-27

Hakiki: Shujaa

Adui.

Yesu namjua na Paulo namfahamu lakini ninyi ni nani?

Yule pepo mchafu akawajibu, akawambia, Yesu namjua, Paulo namfahamu lakini nyinyi ni nani?

Adui wa Mungu ana nguvu; si wa kuchezea

Umeangukaje kutoka mbinguni, Ee Lusifa, mwana wa asubuhi! jinsi ulivyokatwa chini, uliowadhoofisha mataifa! Isaya 14:12

Adui anamchukia Mungu. Anatuchukia kwa sababu tuliumbwa kwa mfano wake na tunamkumbusha Mungu.

Bwana Mungu akamwambia nyoka, Kwa sababu umefanya hivi, umelaaniwa kuliko wanyama wote wa kufugwa, na juu ya kila mnyama wa mwituni; utakwenda kwa tumbo, na utakula mavumbi siku zote za maisha yako; 15 nami nitaweka uadui kati yako na huyo mwanamke, na kati ya uzao wako na uzao wake; hiyo itakuponda kichwa, na wewe utamponda kisigino. Mwanzo 3:14, 15

Mwili wa kiasili: Chochote tulikuwacho kabla ya Kristo, vyote tulivyoridhi kutoka kwa Adamu, vyote vinavyofanya kazi kwa DNA ya Adamu.

Asili yetu ya mwili - bila kujali jinsi tunavyoivaa au kujificha haina nguvu wakati wa mambo ya kiroho. Na haina nguvu juu ya adui wa Mungu. Tumaini na Nguvu zetu ni:

Yesu alilipa gharama ili kubeba mamlaka juu ya shetani.

Tunaingia na kutembea kwa mamlaka yake.

. . .

3 Kwa maana ingawa tunaenenda katika mwili, hatupigani vita kwa mwili: 4 (Maana silaha za vita vyetu si za mwili, bali zina nguvu kwa Mungu hata kubomoa ngome;) 5 Tukiangusha mawazo, na kila kitu kilichoinuka, kijiinuacho juu ya maarifa ya Mungu, na kinachukua mateka kila fikira kwa utii wa Kristo; 2 Wakorintho 10: 3-5

Usimpe Ibilisi nafasi

Vita vya kiroho hufanywa kupitia mamlaka ya Yesu Kristo. Hatuwezi kutupa dhambi pamoja na dhambi. Maandiko haya yanatuambia jinsi ya kutompa Ibilisi nafasi:

22 Kwa maana mkavua mbali kwa mwenendo wa zamani ule utu wa kale, aliye mwovu kwa kadiri ya tamaa za udanganyifu; 23 Na kufanywa upya katika roho ya akili yenu; 24 na mvae utu mpya, ulioumbwa kwa jinsi ya Mungu katika haki na utakatifu wa kweli. 25 Kwa hiyo, achaneni na uwongo, kila mtu aseme ukweli na jirani yake; kwa kuwa sisi ni viungo sisi kwa sisi. 26 Ghadharini, wala msitende dhambi; jua lisichwe juu ya hasira yenu; 27 wala msimpe Ibilisi nafasi. 28. Aliyeiba asiibe tena; bali afanye kazi kwa bidii, akifanya kazi kwa mikono yake iliyo njema, ili awe na kitu cha kumpa yule ahitaji. 29 Maneno yoyote ya ufisadi yasitoke vinywani mwenu, bali ile iliyo njema kwa matumizi ya kuwajenga, ili ipate kuwahudumia wasikilizaji. 30 Wala msimhuzunishe Roho Mtakatifu wa Mungu, ambaye kwa yeye mmetiwa muhuri hata siku ya ukombozi. 31 Acheni kila uchungu, na ghadhabu, na hasira, na kelele, na matukano, viwekwe mbali na nyinyi kila uovu; kukusamehe. Waefeso 4: 22-32 wenye huruma, wenye

kusameheana, kama vile Mungu kwa ajili ya Kristo alivyowasamehe ninyi. Wenye huruma, wenye kusameheana, kama vile Mungu kwa ajili ya Kristo alivyowasamehe nyinyi. Waefeso 4: 22-32

Silaha ya adui ya kugawanya

Tunapowafundisha mawaziri na Wachungaji ng'ambo moja ya maswali ya kwanza yanayotokea ni kwanini ilikuwa wakati walipokwenda kwenye uwanja wa Misheni mahali pa giza, kila wakati waliishia kupigana wao kwa wao. Mungu huamuru baraka wakati kuna umoja. Adui wa Mungu anafurahiya mgawanyiko - mojawapo ya mbinu kuu za vita ni kusababisha mgawanyiko katika kambi ya adui - kuwasababisha kupigana kati yao.

Tunapohisi uwepo huu wa Mgawanyiko kuomba dhidi yake na kuruhusu **upendo wa Mungu kutiririka** kupitia sisi kwa kila mmoja na kukataa kuguswa na mwili na mwili wetu.

Vyombo vya kivita vya yesu

13 Kwa hivyo chukueni silaha zote za Mungu, mpate kuweza kusimama siku ya uovu, na mkiisha kumaliza yote, kusimama. 14 Simameni basi, mmejifunga viunoni mwenu na ukweli, na mmevaa kifuko cha kifuani cha haki. 15 Miguu yako imevikwa utayari wa Injili ya amani; 16 Zaidi ya yote, chukueni ngao ya imani, ambayo kwayo mtaweza kuzima mishale yote ya moto ya yule mwovu. 17 Chukueni kofia ya chuma ya wokovu, na upanga wa Roho, ambao ni neno la Mungu; Waefeso 6: 13-18

. . .

14 Bali mvaeni Bwana Yesu Kristo, wala msijitengenezee mahitaji ya mwili ili kutimiza tamaa zake. Warumi 13: Tazama jinsi Silaha za Kristo zinavyofunikwa **tunapovaa Bwana Yesu Kristo?** Kichwa chetu kimefunikwa na Wokovu Wake, Ubatizo wa Maji hufuta asili ya Adamu.

Tunapotembea kwa Roho wake, tunashughulikia maeneo yetu ya kutoa maisha kwa Ukweli na Haki.

Tunapovaa Bwana Yesu Kristo na hatujalishi mwili - tunaishi na Silaha zake.

Adui anamchukia Mungu. Anatuchukia kwa sababu tuliumbwa kwa mfano wa Mungu na tunamkumbusha Mungu. Hatumwamini adui au yale anayosema. Tunapomwona, tunamuuliza "Bwana Unataka nifanye nini juu ya hali hii." Tunaanza kumwombea mtu huyo na kumtafuta Mungu kwa wokovu wa mtu huyo. Halafu wakati wa kuomba unafika, tunaziunganisha nguvu hizo kwenye shimo la kuzimu kwa jina la Yesu Kristo. Tunaomba kwa mamlaka ya Yule aliyelipa bei hiyo. tunashughulikia maeneo yetu ya kutoa maisha kwa Ukweli na Haki? Tunapovaa Bwana Yesu Kristo na hatujalishi mwili - tunaishi na Silaha zake. Adui anamchukia Mungu. Anatuchukia kwa sababu tuliumbwa kwa mfano wa Mungu na tunamkumbusha Mungu. Hatumwamini adui au yale anayosema. Tunapomwona, tunamuuliza "Bwana Unataka nifanye nini juu ya hali hii." Tunaanza kumwombea mtu huyo na kumtafuta Mungu kwa wokovu wa mtu huyo. Halafu wakati wa kuomba unafika, tunaziunganisha nguvu hizo kwenye shimo la kuzimu kwa jina la Yesu Kristo. Tunaomba kwa mamlaka ya Yule aliyelipa bei hiyo. tunashughulikia maeneo yetu ya kutoa maisha kwa Ukweli na Haki? Tunapovaa Bwana Yesu Kristo na hatujalishi mwili - tunaishi na Silaha zake. Adui anamchukia Mungu. Anatuchukia kwa sababu tuliumbwa kwa mfano wa Mungu na tunamkumbusha Mungu.Hatumwamini adui au yale anayosema. Tunapomwona, tunamuuliza "Bwana Unataka nifanye nini juu ya hali hii." Tunaanza kumwombea mtu huyo na kumtafuta Mungu kwa wokovu wa mtu huyo. Halafu wakati wa kuomba unafika, tunaziunganisha nguvu hizo kwenye shimo la kuzimu kwa jina la Yesu Kristo. Tunaomba kwa mamlaka ya Yule aliyelipa bei hiyo. Anatuchukia kwa sababu tuliumbwa kwa mfano wa Mungu na tunamkumbusha Mungu. Hatumwamini adui au yale anayosema. Tunapomwona, tunamuuliza "Bwana Unataka nifanye nini juu ya hali hii." Tunaanza kumwombea mtu huyo na kumtafuta Mungu kwa wokovu wa mtu huyo. Halafu wakati wa kuomba unafika, tunaziunganisha nguvu hizo kwenye shimo la kuzimu kwa jina la Yesu Kristo. Tunaomba kwa mamlaka ya Yule aliyelipa bei hiyo. Anatuchukia kwa sababu tuliumbwa kwa mfano wa Mungu na tunamkumbusha Mungu. Hatumwamini adui au yale anayosema. Tunapomwona, tunamuuliza "Bwana Unataka nifanye nini juu ya hali hii." Tunaanza kumwombea mtu huyo na kumtafuta Mungu kwa wokovu wa mtu huyo. Halafu wakati wa kuomba unafika, tunaziunganisha nguvu hizo kwenye shimo la kuzimu kwa jina la Yesu Kristo. Tunaomba kwa mamlaka ya Yule aliyelipa bei hiyo.

Kifungu kutoka kwa "Maombezi" na Mchungaji Agnes I. Numer.
Soma Danieli sura ya 10.

Danieli alianza kuomba, na Mungu aliisikia kutoka wakati alipoweka moyo wake kuelekea Mungu. Alisikia na alijua kilio cha moyo wa Danieli. Lakini nguvu, enzi zilizo hewani zilizosimama zilizuia maombi hayo kuja kwa Mungu. Na jambo lote kama Danieli alikuwa akiomba Bwana alikuwa akijifunua kwa Danieli. Ni Kristo ambaye Danieli alimwona na ndiye aliyemhudumia. Lakini alisema kuwa ilichukua siku 21 kwa muda mrefu kuvunja mamlaka na nguvu zilizokuwa angani na Danieli alijua kwamba Mungu alisikia maombi yake lakini hakuweza kurudisha jibu mpaka alipofanya vita vya kiroho mbinguni.

Najua nguvu za Shetani ni nzito juu ya miji mingine kuliko zingine. Hizi ni nguvu ambazo adui ameweka juu ya maeneo ya kukaa hapo. Kwa hivyo Danieli hakula. Nadhani lazima alifunga siku hizo 21. Lakini Bwana alimtaka ajue kuwa wakati aliweka moyo wake kuomba - Mungu alisikia maombi yake.

Najua hii ni kweli. Mungu ametupa kitu kizuri kama hicho na tumebarikiwa na Roho Mtakatifu pia. Tumebarikiwa na

Mmoja ambaye huchukua maombi hayo na kuipeleka kwa Baba kulingana na mapenzi ya Mungu. Tumebarikiwa leo ingawa watawala walitupwa chini duniani. Sasa, Shetani hawezi kwenda mbinguni kutangaza mambo dhidi yetu kwa Baba. Hicho kitu kimevunjika. Mungu ametupa mamlaka na mamlaka ya kushusha nguvu na enzi kuu kupitia sala na maombezi. Maelezo kutoka kwa "Maombezi" na Mchungaji Agnes I. Numer. Mungu ametupa kitu kizuri kama hicho na tumebarikiwa na Roho Mtakatifu pia. Tumebarikiwa na Mmoja ambaye huchukua maombi hayo na kuipeleka kwa Baba kulingana na mapenzi ya Mungu. Tumebarikiwa leo ingawa watawala walitupwa chini duniani. Sasa, Shetani hawezi kwenda mbinguni kutangaza mambo dhidi yetu kwa Baba. Hicho kitu kimevunjika. Mungu ametupa mamlaka na mamlaka ya kushusha nguvu na enzi kuu kupitia sala na maombezi. Maelezo kutoka kwa "Maombezi" na Mchungaji Agnes I. Numer. Mungu ametupa kitu kizuri kama hicho na tumebarikiwa na Roho Mtakatifu pia. Tumebarikiwa na Mmoja ambaye huchukua maombi hayo na kuipeleka kwa Baba kulingana na mapenzi ya Mungu. Tumebarikiwa leo ingawa watawala walitupwa chini duniani. Sasa, Shetani hawezi kwenda mbinguni kutangaza mambo dhidi yetu kwa Baba. Hicho kitu kimevunjika. Mungu ametupa mamlaka na mamlaka ya kudondosha nguvu na enzi kupitia maombi na maombezi. Maelezo kutoka kwa "Maombezi" na Mchungaji Agnes I. Numer. Hicho kitu kimevunjika. Mungu ametupa mamlaka na mamlaka ya kushusha nguvu na enzi kuu kupitia sala na maombezi. Maelezo kutoka kwa "Maombezi" na Mchungaji Agnes I. Numer. Hicho kitu kimevunjika. Mungu ametupa mamlaka na mamlaka ya kushusha nguvu na enzi kuu kupitia sala na maombezi. Maelezo kutoka kwa "Maombezi" na Mchungaji Agnes I. Numer.

. . .

Wacha Tufanye Uhakiki: Adui

Waliofungwa.
Aliyefungwa kwenye kifungu hiki anaweza kuwa mtu yeyote kama vile jirani wako, mtu njiani, Familia yako au wewe mwenyewe.
Mungu hakutaka sisi tuwe wafungwa.
Lakini kwa kila mmoja wetu amepewa neema kwa kadiri ya kipimo cha kipawa cha Kristo. 8 Kwa hivyo anasema, Alipopaa kwenda juu, aliteka mateka, na akawapa wanadamu zawadi Waefeso 4: 7, 8

18 Roho wa Bwana yu juu yangu, kwa sababu amenitia mafuta nihubiri injili kwa masikini; amenituma kuponya waliovunjika moyo, kuwahubiria waliofungwa ukombozi, na vipofu kupata kuona tena, kuwaweka huru wale waliopondwa, 19 Kuhubiri mwaka wa Bwana uliokubalika. Luka 4:18, 19
Tangu kuanguka kwa Adamu wa kwanza, Mungu alikuwa na mpango wa kurejesha watu wake.
Mtu yeyote anapojaribiwa asiseme, "Ninajaribiwa na Mungu. Maana Mungu hawezi kujaribiwa na uovu, wala yeye humjaribu mtu awaye yote. 4 14 Lakini kila mtu hujaribiwa, akivutwa na tamaa yake mwenyewe na kushawishiwa. 15 Basi tamaa ikiisha kuchukua mimba, huzaa dhambi; Yakobo 1: 13-15

. . .

MJUE BWANA, KWA MAANA WOTE WATANIJUA, TANGU mdogo wao hata aliye mkubwa wao, asema Bwana; kwa kuwa nitawasamehe uovu wao, na dhambi zao sitaikumbuka tena. Yeremia 31.34

Moyo wa Mungu unaguzwa na huruma wa watu wake ili wakumbatiwe na asili yake-DNA yake na uishi na amani.

EE BWANA, UTATUWEKEA AMANI; MAANA WEWE NDIWE uliyetenda kazi zetu zote ndani yetu. 13 Ee Bwana, Mungu wetu, mabwana wengine isipokuwa wewe wametutawala; lakini kwa wewe tu tutakulitaja jina lako. 14 Wamekufa, hawataishi; wamekufa, hawatafufuka; kwa hiyo umewatembelea na kuwaangamiza, na kufanya kumbukumbu zao zote zipotee. Isaya 26: 12-14

KATIKA MAISHA YETU MUNGU HATAKI TU KUMWANGAMIZA adui bali kusababisha hata kumbukumbu ya adui iangamie! Huu ndio mpango wa Mungu! Mateka wengi hawatambui Mungu anataka wawe na amani.

YESU ALIMFUKUZA PEPO AMBAYE ALIKUWA BUBU AU KAMA tunavyosema leo bubu - mtu huyo hakuweza kusema. Alipomaliza watu walishangaa hii inawezaje. Ninaweza kufikiria hofu na mshangao - ukombozi huu ulikuwa ni kitu ambacho hakuna mtu alikuwa ameona wakati wa Yesu. Halafu, Yesu alichukua nafasi hiyo kufundisha somo juu ya vita vya kiroho kwa wale ambao walikuwa na sikio la kusikia:

PEPO MCHAFU ANAPOMTOKA MTU, HUPITIA SEHEMU KAVU, akitafuta raha; Akakuta hana kitu, akasema, Nitarudi nyumbani kwangu nilikotoka. 25 Naye akija, huikuta imefagiliwa na kupambwa. 26 Kisha huenda, ukachukua pepo wengine saba, wabaya zaidi kuliko yeye; nao huingia na kukaa huko. Na mwisho wa mtu huyo ni mbaya kuliko ule wa kwanza. Kama 11: 24-26

DONDOO KUTOKA KWA "UKOMBOZI KAMILI" NA MCHUNGAJI Agnes I. Numer:

"YESU HAKUPITIA KUSULUBIWA ILI TU KUFANYA KAZI YA nusu. Alifanya kazi nzuri - ni sisi ambao hufanya kazi ya nusu. Mungu hataturuhusu kumaliza na kazi ya nusu, nakujulisha hiyo. Tunapaswa kumruhusu kusafisha nyumba yetu yote. Mungu alinipa maono wakati mmoja wa jumba la kifahari. Lilikuwa jumba zuri lakini lilikuwa na uchafu. Alisema hivi ndivyo ulivyokuwa kwangu. Alisema nilikununua kama ulivyokuwa sasa, nitakusafisha. Uko kama jumba hili la nyumba: mitandio, ukuta mweusi, uchafu mahali pote halafu Bwana akasema nitakufufua na nitakubadilisha.

ANGALIA IKIWA TUTAMRUHUSU AFANYE - TUNASEMA nakupenda na nitakuruhusu usafishe nyumba yangu - lakini vyumba vingine vimefungwa! Ndio njia tunayotaka kumtumikia Bwana lakini hiyo sio njia ambayo tunapaswa kumtumikia Bwana. Lazima tuwe tunamfungulia nyumba yote la sivyo hatachukua chochote. Je! Ikiwa unununua nyumba na mmiliki wa zamani anataka kuishi katika nyumba hiyo - unalipia nyumba nzima na anaweka 3/4 yake? Sidhani kama hiyo itafanya kazi. Ndivyo ilivyo na Yesu - hatuwezi kumtumikia nusu. Lazima tuje kwa moyo wetu wote, na roho zetu zote, akili, na nguvu - mwili, akili na roho. Yesu alilipa hiyo bei. "

MARA SABA MBAYA ZAIDI HAKUNA MCHEZO - SIO KITU CHA kucheza. Wakati Mungu anamkomboa mtu na "nyumba" yake imefagiwa hufanya nini?

WANAJAZAJE "NYUMBA" YAO? KISHA HUENDA, UKACHUKUA pepo wengine saba, wabaya zaidi kuliko yeye; nao huingia na kukaa huko. Na mwisho wa mtu huyo ni mbaya kuliko ule wa kwanza. Luka 11:26

BAADA YA UKOMBOZI WATU WANAWEZA KUJISIKIA WATUPU NA KUPOTEA KIDOGO. Bwana wa zamani wa eneo hilo katika maisha yao ameenda na sasa wanafanya nini? Maeneo haya yanahitaji kujazwa na Mungu! Omba Mungu amjaze mtu huyo kwa Amani yake na Furaha Yake. Ikiwa hawajazaliwa mara ya pili, wafundishe kuhusu Wokovu na waulize ikiwa wangemuuliza Yesu moyoni mwao. Waongoze kwenye ngazi inayofuata katika matembezi yao na Mungu. Wafundishe jinsi ya kufunga milango ambayo walimfungulia adui. Wahimize kwenda kanisani na kushirikiana na wale ambao watahudumia nguvu na uponyaji kwao.

Yesu akamwambia, Simama, chukua kitanda chako, utembee. 9 Mara yule mtu akapona, akachukua kitanda chake, akatembea, na siku hiyo hiyo ilikuwa sabato . 14 Baadaye Yesu akamkuta hekaluni, akamwambia, Tazama, umepona usitende dhambi tena, isije ikakupata iliyo mbaya zaidi. Yohana 5: 8, 14

Yesu alipoinuka, hakumwona mtu ila yule mwanamke, akamwuliza, Mama, wako wapi wale wanaokushitaki? Hakuna mtu aliyekuhukumu? 11 Akasema, Hakuna mtu, Bwana. Yesu akamwambia, Wala mimi sikuhukumu. na usitende dhambi tena. Yohana 8:10, 11

Wacha T ufanye uhakiki:Wafungwa.

SILAHA ZETU.

Kwa maana ingawa tunaenenda katika mwili, hatupigani vita kwa mwili: 4 (Maana silaha za vita vyetu si za mwili, bali zina nguvu kwa Mungu hata kubomoa ngome;) 5 Tukiangusha mawazo, na kila kitu. kitu cha juu kinachojiinua juu ya maarifa ya Mungu, na kuleta mateka kila fikira kwa utii wa Kristo; 6 Nasi tuko tayari kulipiza kisasi uasi wote, wakati utii wenu utakapotimizwa. 2 Wakorintho 10: 3-6

Ni ripoti ya nani utaamini.
Neno la Mungu linasema kwamba tutaijua kweli na ukweli utatuweka huru. Ukweli unatoka wapi? Je! Utaamini Neno la Mungu au utaamini ishara ya nyota yako au mtu anayesoma kiganja chako. Je! Utaamini uumbaji - au Muumba? Je! Utaambatana na DNA ya Kimungu au DNA ya Adamu. Nani ameamini ripoti yetu? Na mkono wa BWANA umefunuliwa kwa nani? Isaya 53: 1 **Hatuwezi kuzunguka nyuma na mbele, vita ni vya Bwana au tutapigana na akili zetu za mwili** - maarifa yetu ya kidunia, na DNA ya Adamu. Hatuwezi kuwa na nia mbili na tunatarajia kubaki huru.

Kataa utumwa
Ombea upofu utoke kwenye mawazo ya yule aliyefungwa ili aweze kumuona Yesu, Mwanzilishi na Mkamilishaji wa imani yake. Mateka lazima amfikie Mungu, tunaweza kufanya sehemu ya vita lakini mateka lazima afanye maamuzi yake mwenyewe ili abaki huru.

KWA HIYO KWA KUWA TUNA HUDUMA HII, KWA VILE TUMEPATA rehema, hatuzimii; 2 lakini tumekataa mambo ya aibu yaliyofichika, hatutembei kwa ujanja, wala kulidanganya neno la Mungu; lakini kwa kudhihirisha ukweli tunajisifu kwa dhamiri za kila mtu mbele za Mungu. 3 Lakini ikiwa injili yetu imefichwa, imefichwa kwa hao waliopotea; Mungu, angewaangazia. II Kor. 4: 1-4

Kukataa Inamaanisha nini?

Kukataa kunamaanisha "**kukataa**." Minyororo yoyote aliyonayo mateka, lazima airuhusu iende na "kuikana". Tubu na Uende mbali nayo. Siku moja Yesu alinionesha shamba lenye alama ya "Hakuna Kosa". Tunapokuwa wa Yesu shetani ni mkosaji. Mwambie. Lazima tuachane na uwongo wote, ukosefu wa uaminifu, ujanja na dhambi zinazofungua mlango wa "Mkosaji." Mara tu tunapokuwa wa Mungu, tuna haki ya kumwambia yule "Mkosaji" aondoke na asirudi tena.

Je! Yesu alifanya nini?

Je! Yesu alifanya nini alipokabiliwa na Vita vya Kiroho? Baada ya Yesu kuwa nyikani na kumshinda shetani kwa kutokubali kujaribiwa, aliingia Hekaluni na ushuhuda, na tamko la kusudi lake maishani.

Soma kutoka Luka 4: 1

Basi Yesu, akiwa amejawa na Roho Mtakatifu, akarudi kutoka Yordani, akaongozwa na Roho mpaka jangwani. 2 akijaribiwa na Ibilisi kwa siku arobaini. Na siku hizo hakula chochote; na walipokwisha kula, aliona njaa baadaye. 3 Ibilisi akamwambia, Ikiwa wewe ni Mwana wa Mungu, amuru jiwe hili lifanyike mkate. 4 Yesu akamjibu, "Imeandikwa: Mtu hataishi kwa mkate tu, ila kwa kila neno la Mungu. 5 Ibilisi akamchukua mpaka juu ya mlima mrefu, akamwonyesha falme zote za ulimwengu kwa muda mfupi. 6 Ibilisi akamwambia, Nitakupa mamlaka yote haya, na utukufu wao; kwa kuwa nimepewa mimi; na nitampa yeyote nitakaye. 7 Basi ikiwa wewe ukiniabudu, yote yatakuwa yako. 8 Yesu akajibu akamwambia, Nenda nyuma yangu, Shetani; maana imeandikwa, Msujudie Bwana

Mungu wako, na yeye ndiye utakayemtumikia yeye tu. 9 Akamleta Yerusalemu, akamweka juu ya kilele cha hekalu, akamwambia, Ikiwa wewe ni Mwana wa Mungu, jitupe chini kutoka hapa; 10 kwa maana imeandikwa, Atawaamuru malaika zake 11 Na mikononi mwao watakuchukua, usije ukakanyaga mguu wako kwenye jiwe. 12 Yesu akamjibu, "Imesemwa, Usimjaribu Bwana Mungu wako." 13 Ibilisi alipokwisha kumaliza majaribu yote, akamwacha kwa muda. 14 Yesu alirudi kwa nguvu za Roho kwenda Galilaya; na habari zake zikaenea katika mkoa wote wa kando.

18 ROHO WA BWANA YU JUU YANGU, KWA SABABU AMENITIA mafuta kuwahubiria maskini Habari Njema. amenituma kuponya waliovunjika moyo, kuwahubiria wafungwa. na vipofu wataona tena, kuwaacha huru wale waliopondwa, 19 Kuhubiri mwaka wa Bwana uliokubalika.

Hili ndilo kusudi la Yesu kuja duniani! Ili Atuweke huru! Ni kile ambacho Mungu anataka kwetu ili turejeshwe kwa Baba. Ah, ikiwa Adamu na Hawa hawangechagua kumsikiliza Ibilisi! Lo, tungegundua yote ambayo Mungu anayo kwetu na tuache kusikiliza vitu vilivyoumbwa, lakini msikilize Muumba wa Ulimwengu. Tutakuwa huru vipi! Ni mtazamo gani wenye nguvu kutoka kwa yule anayeona YOTE ya zamani, ya sasa, ya baadaye na ya milele . Lazima ufanye akili yako - Maisha au Kifo, Uhuru au Utumwa, Mzuri au Mbaya. Hatuwezi kuwa na vyote.

. . .

IKIWA YEYOTE KATI YENU ATAPUNGUKIWA NA HEKIMA, NA aombe kwa Mungu, ambaye huwapa wote kwa ukarimu, wala hakemei; naye atapewa. 6 Lakini na aombe kwa imani, hakuna cha kutetereka. Kwa maana yeye anayekasirika ni kama wimbi la bahari linaloongozwa na upepo na kutupwa. 7 Kwa maana huyo mtu asifikirie kwamba atapokea chochote kwa Bwana. 8 Mtu mwenye nia mbili hana msimamo katika njia zake zote.

Yakobo 1: 5-7

Kifungu kutoka "Usipime na Wewe mwenyewe" na Mchungaji Agnes I. Numer

TUNAZUNGUMZA JUU YA SILAHA ZETU ZA VITA VYETU - SILAHA hizi sio za mwili ni kubwa! Usiku mmoja saa tatu asubuhi, mtu anagonga mlango wangu na kusema, "Dada Numer hii ni hali ya dharura la sivyo tusingekuwa hapa." Mwanamume na mwanamke walikuwa wakikuja kwenye mikutano yetu lakini hatukujua mengi juu yao. Alimleta. Nilimtuma mtoto wangu, David aende kwenye nyumba nyingine kulala mahali pengine. Tuligeuza chumba hicho kuwa chumba cha ukombozi. Singewahi kufanya ukombozi wowote maishani mwangu! Niliingia ndani na yule mtu alikuwa amechoka sana kumpeleka mkewe kwa kila kanisa huko LA. Wakasema, "Nenda umpeleke katika hospitali ya wagonjwa wa akili, hatuwezi kumsaidia." Mke alisema, "Nilikuwa kanisani na Mungu alinileta katika akili yangu nzuri na akasema mpeleke kwa dadake. Numer naye atamsaidia." Sikujua nitamsaidia. Nilianza kuomba juu yake. Wakamleta. Alikuwa amerukwa na akili. Nilisimama pale na nikatazama nje ya dirisha langu kubwa, niliweza kuona milima, nikatazama huko nje na nikasema, "Yesu nitafanya nini?" Alisema, "Hutafanya chochote, mimi ndiye." Alikuja kwenye dirisha hilo - ndani kwangu.

YESU ALIFANYA UKOMBOZI WA HUYO MWANAMKE; SIKUWAHI kuwa na kitu kama hicho maishani mwangu. Usiku kucha Yesu alinifundisha hatua kwa hatua. Angeweza kunipaka mafuta. Nguvu zilizo ndani yake zingelala kwangu. Ilikuwa mafunzo yangu, ili niweze kujua jinsi ya kuifanya - wakati Bwana aliponitia mafuta - sio wakati nilitaka kuifanya. Tulimwombea kwa muda kisha nikatembea kwenye chumba kingine, Angeniacha nipumzike na yeye apumzike. Baada ya kupumzika Kwake, ningeingia kumletea ukombozi.

NILIJIFUNZA YOTE JUU YA SHETANI. NILIJIFUNZA walichosema na jinsi walivyotenda. Walisema majina yao, "Ni Jeshi." Je! Nitafanya nini na Jeshi? Sikuenda kufanya chochote. Usiku kucha, usiku wote, Yesu ndani yangu alimkomboa mwanamke huyo. Ilikuwa saa 10:30 usiku uliofuata ambapo wa mwisho alitoka mwilini mwake na Roho wa Bwana alikuja na akacheza kwenye sebule - bure!

KABLA HAJAPATA UKOMBOZI, ALIONEKANA KAMA MCHAWI, hakujua kwamba mtu ambaye alikuwa ameoa alikuwa mzee wa miaka 69. Akasema, "Mtu huyu ni nani?" Nikasema ni mumeo. Alikuwa na miaka 32 tu wakati Mungu alimwacha huru. Alisema, "Simjui. Siwezi kwenda naye." Watu wake waliishi Arizona. Tulimchukua mwanamke huyo na tukamweka kwenye basi na kumpeleka Arizona.

Hii ni moja ya mambo ambayo Mungu amefanya.

Nikasikia sauti kuu ikisema mbinguni, Sasa umefika wokovu, na nguvu, na ufalme wa Mungu wetu, na uweza wa Kristo wake; usiku. 11 Nao wakamshinda kwa damu ya Mwanakondoo, na kwa neno la ushuhuda wao; nao hawakupenda maisha yao hata kufa. Ufunuo 12: 10-11

Hebu Tufanye Uhakiki: Silaha Zetu.

Vita vya kiroho si jambo la kuchezea, Ni kitu ambacho Mungu anafanyia maishani mwetu ili tumwelewe na tumjue na tuwe huru. Zawadi kwa Mungu ni kwa vile watu wasimalize maisha yao yote wakisononewa na mapepo na kuwa kwenye ufungwa.

Kusononewa hakukutengenezewa kwa mtu. Jehanamu si ya mwanadamu, ni kwa ajili ya mwanadamu kuchagua kuishi huru kwa maisha ya milele kwa upendo, amani na furaha ya Mungu.

Hatustahili kusikiliza na adui kuwa kusononewa ni kwetu, Duniani humu tunafaa tuelewa kuwa Yesu ameshinda nchi. Maisha yale ya ufalme wa milele ilianza kuwa maishani mwetu.Kwa ufalme huu, tuna upendo na furaha- haijalishi nini.

Yesu alipoelekezwa na pepo jangwani ili kukemewa na ibilisi,Silaha kuu Yesu aliyekuwa nayo ilikuwa kuwa alikuwa anajua neno la Mungu. Alitumia Neno la Mungu dhidi yake Na Yesu akakataa kufanya kitu chochote dhidi ya Mungu. Tunapojua ukweli, ukweli unatuacha huru.

Chukua muda kujua Mungu. Kujua ukweli wake- Kujua asili yake, kumjua. Adui wa Mungu na ule wa mioyo yetu akija- Jifiche katika uwepo wa Mungu na amri zake.

Vita ni vya Bwana.

HAKIKI: VITA VYA KIROHO

1. Amiri Jeshi Wa Mungu:
    LINI NA VIPI YESU;
- Jitayarisha kupigana kwa vita vya kiroho kwa kitabu cha luka 4.
- Alifanyaje vita vya roho
- Kupinga mapepo mabaya.

Bibilia inasema wapi kuwa wafuasi na wengine walifaulu na hawakufaulu kupinga mapepo mabaya.

Eleza kilichotendeka.

ii. Shujaa
- Fafanua neno vita
- Kupigana ni nini?
- Goli ni nini?

iii. Adui

Maswali ya kutafakari

Ukitumia habari iliyoandikwa hapa, unadhani jibu ni nini?

Kama adui wa Mungu angekuwa na silaha unadhani ingeonekana aje?

La kwanza limejibiwa.
Silaha ya Kristo.
Viuno-Ukweli
Chapeo- HAKI
Miguu- utayari tupatao kwa injili ya amani.
Ngao-Imani
Kofia-wokovu
Silaha ya mpinga Kristo
Je! Ni silaha gani inayofanana ya mpinga Kristo?
Dirii ya haki.- uwongo
Miguu-
Ngao-
Chapeo-
Ngao ya imani.-
Adui wa Mungu anatumiaje vifunguo vifwatavyo kufunga mtu?
Lawama
Dhana.
IV Mfungwa
Maswali ya kutafakari.
Kulingana na habari uliyoipata kwenye habari hii unaweza kujibu aje maswali haya?
Minyororo Ya Mfungwa
Tunaweza kuwa na mkao, na mwelekeo wa vitu mbalimbali vinavyoonekana kutawala maisha yetu ambako hatuko huru.Taja njia tano mtu anazofungulia adui wa shetani mlango na awe mfungwa.

    a..
    b..
    c..
    d..

e. ………………………………………..

Maswali Ya Kujadiliana kwa Makundi
Minyororo inaondolewa aje?
Kwa nini iko?
Utakosaje kurudi huko?
Kwa nini Yesu alisema Nenda na usirudie kufanya dhambi?

V Silaha Zetu.
Taja silaha tano kutoka kwa fundisha mikono yangu vita vya kiroho.
a. Kupaka mafuta ya Mungu.
b. ……………………………
c. ……………………………
d. ……………………………
e. ……………………………

Maswali ya kutafakari
Ukisoma maandiko kutoka kwa "Usijipimie"na mhubiri Agnes I Numer. Imani gani inawapa kwa vita vya kiroho unayoweza kukutana nayo ama kuelewa ni uzoefu upi ulipata kutoka kwa vita kwa vita vya kiroho vya kale?

MASWALI : VITA VYA KIROHO

1. Vita vya kiroho si kitu tunaweza kufanya; ni kitu Mungu anafanya ndani yetu.
   a. ukweli
   b. Uwongo

2. Uzoefu wa Joshua na mwanajeshi inatufundisha kuwa
   a. Tunaweza kukutana malaika saa zote
   b. Mungu si wetu-sisi ni wake.
   c. Shetani anaweza kuonekana kama malaika wa nuru.

3. Mungu anakubali hali mbaya tukumbane nayo ili itupe nguvu.
   a. ukweli
   b. uwongo

4. Watu wanao toa unabii pinga mapepo na kufanya miujiza wanafanya kupenda kwa Mungu
   a. ukweli
   b. Uwongo

5. Kwa vita vya kiroho tunafaa tuweke maanani kwa ibilisi

a. ukweli

b. Uwongo

6. Katika vita vya kiroho, uwepo wa Bwana ndicho kifunguo. Chagua kifunguo kingine.

a. msitembee kwa dhana

b. uweke maanani yako kwa kile adui anafanya

c. uwe na kazi nyingi.

7. Tia maanani kwa kile Mungu anasema na kufanya-sasa na;

a. Hitaji kuu la mtu?

b. " Mungu tutaombaje katika hali hii?'

c. " Njia yako ni ipi?"

d. Majibu yote ni sawa.

8. Tunafaa tujilaumu fikira ya kimwili ikitujia wakati wa vita.

a. Ukweli

b. Uongo

9. Vita vya kiroho vinafanywa na mamlaka ya Yesu.

a. Ukweli

b. Uwongo

10. Katika vita ukihisi uwepo wa roho ya mgawanyiko tunafaa tu;

a. tuikemee

b. kubali upendo wa Mungu kububujika kwa kila mmoja.

c. Usiipe nafasi

d. Majibu yote ni sawa

11. Tukivaa Yesu tumevaa silaha ya Mungu

a. Ukweli

b. uwongo

12. Baada ya kukombolewa mtu anaweza hisi bure

a. ukweli

b. uwongo

13 . Silaha za kiroho tulizo nazo ni za nguvu kwa Bwana. Zinaweza;

14.Kukataa kunamaanisha nini?

a. Kuongea vibaya kwa mtu

b.Kujikana,kutubu, au enda zake.

c. kualikwa.

15. Yesu alishinda ushawishi wa shetani

a. Ukweli

b. Uwongo.

CHAPTER 5
MAPAMBANO YA MAPINDUZI

MAGOLI YETU YANAWEZA kuwa zaidi ya kushinda majadiliano au kuelewa ni nani mwenye haki au mwongo.Goli yetu kuu ni kuamini Mungu kuwa baada ya mapambano,kuna " mapinduzi"

Ufafanuzi wa mapinduzi.

Ni mabadilisho yanayo enea kwa kiasi kikubwa katika jamii na watu tunaohusiana nao.

Mabadiliko ya jinsi watu wanaishi, kufanya kazi kufikiria na kadhalika.

Mapambano hayana burudani . Yanaweza kutisha kuleta mabadiliko mabaya. Yanaweza kuja kama hayatarajiwi. yanawezakuvunja uhusiano wetu au kuleta mabadiliko mazuri makubwa katika uhusiano wetu; kutii, kuamini,na kuelewa. **Mapambano inaweza kuwa njia ya haraka kwa mabadiliko mema.** Usiogope mapambano jifunze jinsi ya kuiguza na kujibu.ambaye inaweza kuleta mapambano yalete mapinduzi inayohitajika.

Angalia kila mapambano kama **fursa** ya
* Kuimarisha uhusiano

* Kuelewa kila mmoja wetu vyema
* kuheshimiana.

Mwongozo kwa mapinduzi mazuri wakati wa mapambao

• **Tuko upande mmoja.**

Chukua mtazamo kwamba **shida hii haitatugawanya**. Jiwekeni kimwili kwa hivyo ninyi nyote mko pamoja, mnakabiliwa na shida. Kuketi ni nafasi isiyo ya kutishia.

<u>Kuwa na tabia ya Unyenyekevu</u>

Je! Nimechangiaje shida? **Unyenyekevu unaweza kukubali** kwamba mimi ni sehemu ya shida. Unyenyekevu unaweza kusema, "**Samahani, nisamehe.**"

CHAGUA MUDA NA MAHALI PA KUONGOLEA.

Si muda mzuri kuamua maswala ukiwa na hasira. Chukua muda kupoa. Chakua nafasi nzuri. Si mbele ya watoto au watu wengine ambao hawatakikani kuhusika.

• NINADHAMINI UHUSIANO WETU.

Chukua muda kuonyesha dhamani ya uhusiano na kuwa na matumaini ya kupata suluhisho ya jibu hilo hivi karibuni. Shida tunayojaribu kutatua ni ipi?

Kama nyinyi nyote mnaweza kukubaliana kufafanua shida, una fursa ya kuwa na suluhisho

• **Hisia zako za ziwe za haki na usikilize jinsi zinavyohisi.**

Onyesha wanachosema kwa kusema kuwa "Hebu nione kama ninaelewa" unasema kuwa.………au unahisi.………

. . .

Tafuta kuelewa kwa haki
Usisikilize tu maneno yao lakini pia mioyo yao.
Sikiliza vyema.
Ukisikiliza vyema kila mara, utapata fursa ya kuongea na usikike.
Hebu waelewe kuwa unasikiliza na lugha ya mwili wako na majibu yako.
Sikiliza kwa utendaji " Ninakusikiliza" Ninadhani, Unasema nini na kadhalika
Mtafute suluhisho pamoja.
Hebu tuangalia kwa neno la Mungu pamoja tukitegemea jibu Neno lake likitiwa, ana jibu.
Hapa kuna kanuni kumi za kutusaidia kuendeleza uhusiano wa undani.

1. Kusahau mambo ya zamani

1. Wakati tumeumizwa na kitu katika siku zetu za nyuma ambacho bado hakijaponywa na mtu anafanya kitu ambacho "huhisi" sawa tunaweza kupata mwangaza wa mhemko na kumbukumbu ambazo zinaweza kutusababisha kuchukiza. Kumbukumbu zetu zinaweza kuathiri sana uhusiano wetu wa sasa ikiwa hatutasamehe na kumruhusu Mungu atuponye kwa Roho wake. Mungu anaweza kutumia hali za sasa "kuchochea" machungu ya zamani. Ikiwa tunakuwa macho huu ni wakati mzuri wa kukabiliana na maumivu ya zamani na kumruhusu atuponye.

2. Upendo wa Mungu, si upendo wa binadamu.

a. Upendo wetu wa kibinadamu unaweza kwenda tu hadi sasa. Upendo wa Mungu hauishi na haukomi kamwe. Watu wanahitaji kweli upendo wa Mungu na sio huruma yetu. Mara nyingi tunaweza kuwa wagumu sana wakati watu wanahitaji jibu thabiti na ngumu sana wakati wanahitaji upendo na kutiwa moyo. Wacha Mungu apende kupitia wewe. Hii huanza kwa kuruhusu upendo wa Mungu upenye ndani ya mioyo yetu wenyewe. Tunahitaji ufunuo wa jinsi anavyotupenda. Hisia za kukataliwa na kutelekezwa ambazo tunazo mara nyingi zitaonyeshwa kwa wengine wakati sio kweli hata.

3. Kiapo ni cha milele. Ni ahadi.

a. Endelea, **toa nadhiri zako za zamani za harusi**. Zisome kwa uangalifu. Wacha utambue kuwa nadhiri ni ahadi … "'mpaka kifo kitakapotutenganisha". Kuna faraja kama hiyo kwa kujua kwamba tutafanya kazi pamoja ili kufanya kazi hii.

b. **Talaka sio chaguo. Kamwe hata kuleta neno hilo**. Usiruhusu iwe katika msamiati wako au akilini mwako. Kamwe usitumie kama tishio. Hasa wakati unaamini kwamba Mungu amekuunganisha pamoja hautakubali mtu yeyote au kitu chochote kikupasue.

4. Majaribu ni Vimelea

a. Kuna tabia mbaya na tabia na uraibu ambao ni kama uharibifu kama mchwa na vimelea.

i. Wakati mwili wa mwanadamu umeharibiwa na

vimelea hakuna kitakachofanya kazi sawa. Kuna maumivu mengi na mwili ni mgonjwa. Ni sawa katika ndoa.

    ii. **Vimelea huua**. Kinachoanza kidogo kinaweza kukua na kuchukua uhusiano wote na kuleta uharibifu ikiwa hautatibiwa kwa usahihi.

    iii. Lazima tuachane na mazoea na ulevi ambao unatishia kuharibu:

1. Ungama kosa lako kwa Mungu.
2. **Tafuta mwenza wa uwajibikaji.**
3. Mlilie Mungu kwa nguvu yake ili ikusaidie kushinda.
4. Usikate tamaa kwa jaribio lako la kwanza kushinda. Amka na endelea kubonyeza ndani.

5.Tembea kwa Msamaha

    a. Pamoja na Mungu tunajua kuwa **Yeye ni Msamehevu**. Tunaweza kuwa na hakika kwamba tutakapokuja kwake tukikiri kwa unyenyekevu dhambi zetu kwamba atatukubali, atatuhujumu na kutupenda.

    b. Tunapotembea kwa upendo, tunatembea kwa msamaha. Hatuamui kila wakati... "nitasamehe wakati huu?" Yesu alisema sabini mara saba. Tunaposhikilia vitu na kuhesabu ni mara ngapi... basi hatutembei katika msamaha.

    c. Kisasi lazima kiachwe kwa Mungu. Tunapokasirika, tunajaribiwa kuumiza wengine kwa maneno na matendo yetu. Acha kisasi kwa Mungu. Usichukue mikononi mwako mwenyewe.

6.Sifa nzuri,heshima, upendo bora.

    a. Fafanua maneno haya - Heshima, Heshima, Upendo kuenzi.

    b.Wanaume wanahitaji **kuheshimiwa na kuheshimiwa**.

i. Jifunze jinsi ya kuonyesha heshima.

ii. Mwanamke husababisha watoto wake wote kumheshimu au kutomheshimu mwanamume wake.

iii. Kilicho muhimu ni jinsi unavyosema kitu zaidi ya kile unachosema.

iv. Chagua kamwe kusema vibaya juu ya mwenzi wako hadharani au kwa marafiki wako. Wajenge, waheshimu na uwafanye maalum.

    a. **Wanawake wanahitaji kupendwa**, kutunzwa na kulishwa. Itazame kama bustani ambayo inahitaji kumwagiliwa na kutunzwa ili kuzaa matunda.

    i. Kila mwanamke husikia, "nakupenda" kwa njia tofauti.

    ii. Jifunze njia bora za kusema, "nakupenda" kwake.

    iii. Mfanye ajisikie wa pekee.

    iv. **Zungumza naye kwa faragha na hadharani**.

    v. Kuwa mbunifu. Ukweli kwamba umechukua muda kutambua, shida kufanya kitu.

7. **Tembea kwa unyenyekevu na mwenzio.**

    a. Wanaume mjifunze kusema "pole" nilikuwa nimekosa

    b. Wanamke mjifunze kusema " Nimekusamehe" Na ukubali kumsamehe na uiachilie. " **Usirudishe tena kwa majadiliano mengine.**

8. **Watendee wengine kama watakavyokuwa ... Sio jinsi wanavyoweza kuwa leo**.

    a. Tazama wengine kwa njia ambayo Mungu huwaona. **Hii inachukua imani** ... tazama uwezo anaouona.

    b. Usilalamike kila wakati, wacha Mungu adhibiti wengine na sio wewe.

c. Kuwa na subira wakati anafanya kazi. Mungu bado hajamaliza nao.

9.Jibu ukiongozwa na roho wa Bwana si kupitia kwa mwili.

a. Tunapojifunza kutembea katika Roho, **hatutatimiza matakwa ya mwili wetu.** Kuna nyakati tunapenda tu kuguswa tu na "wacha wawe nayo" au "watoe mvuke" na "wape kile wanastahili". Vitu vyote hivi vitakuwa vinatoa ndani ya mwili wetu badala ya kumpa Roho wake haki ya kudhibiti ulimi wetu na hisia zetu.

b. Tunapojibu kwa Roho wake ndipo atashughulika nao yeye mwenyewe.

c. Jibu laini huondoa ghadhabu; lakini jibu lenye uchungu huchochea hasira.

10. Upendo usiokuwa na mipaka.

Visawe visivyo na masharti: kwa moyo wote, bila sifa, bila kujizuia, bila kikomo, bila kizuizi, bila malipo, bila shaka, jumla, kamili, nje na nje, bila shaka. Upendo usio na masharti ndio Mungu hutuonyesha. Hata tulipokuwa bado wenye dhambi Kristo alikufa kwa ajili yetu. **Waliostahili walikufia wasiostahili.** Hakuangalia hali yetu kuwa haiwezekani. Alifikia kwa matumaini kwamba angeweza kugusa na kubadilisha maisha yetu.

a. Tunapompenda mtu aliye na upendo usio na masharti, tutagundua kuwa hatuwezi kuifanya kwa nguvu zetu wenyewe. Uwezo wa kupenda bila masharti unatokana tu na kugundua kuwa tumehitaji upendo bila masharti sisi wenyewe. Tunapogundua jinsi anavyotupenda tunaweza kuanza kupenda kama vile ametupenda sisi.

b. **Upendo usio na masharti hutolewa bure**, bila kudai

chochote. Hii inakwenda kinyume na maumbile yetu ya mwili.

    c. Nguvu ya upendo usio na masharti ni kwamba hutolewa bure. Ni chaguo kupenda.

    d. Aina hii ya upendo **inabadilisha maisha kwa watu wote wanaohusika.**

    e. Inahitaji imani kupenda bila masharti na Mungu ataona na kujibu. **Mungu ataleta mabadiliko yanayohitajika.**

Mahusiano ni ya thawabu sana. Watu huongeza furaha na utimilifu kwa maisha yetu. Wanaweza kutupa furaha na maumivu mengi. Mahusiano pia ni kazi ngumu. Inahitaji kujitolea na hekima. Mungu hutupa Roho Mtakatifu atusaidie tunapohitaji neema zaidi.

    Je! Umewahi kujiuliza wakati fulani wakati uliomba kwa uvumilivu zaidi na neema ikiwa haswa alituma watu fulani maishani mwako kukuza zile fadhila ambazo ulikuwa ukiombea? Hatuwezi kuwapenda watu hao bila msaada Wake. Kwa hivyo tunapaswa kumwita Yeye. Anapoongeza uvumilivu zaidi basi tunaweza kuwa wavumilivu zaidi kwa kila mtu karibu nasi. Mara tu Ametupa zawadi Zake kwetu, ni zetu. Hivi ndivyo tunakua. Kutoka Neema hadi Neema.

2 Petro 1: 5-7 Na zaidi ya hayo, mkifanya bidii yote, onzeni imani yenu wema; na kwa wema maarifa; 6 na kwa ujuzi kiasi; kwa saburi uvumilivu; na kwa uvumilivu utauwa; 7 na kwa **utakuwa upendo wa kindugu**; na kwa wema wa kindugu. **Kusaidia.**

Mungu huendeleza tabia yake ndani yetu tunapokutana na watu wanaotupa changamoto. Huu ni maendeleo kutoka kwa imani, hadi kiasi, kwa fadhili za kindugu na mwishowe hadi kwenye misaada ... ambayo ni upendo wa Mungu bila masharti kupitia sisi. Anasema tunapaswa kutoa bidii yote kuongeza tabia yake kwetu. Tafadhali kubali mwaliko wa kukua katika tabia na neema zake kupitia mizozo na watu wagumu. mkifanya bidii yote, onzeni imani yenu wema; na kwa wema maarifa;

sisi. Anasema tunapaswa **kutoa bidii yote** kuongeza tabia yake kwetu. Tafadhali kubali mwaliko wa kukua katika tabia na neema zake kupitia mizozo na watu wagumu.

Bakshishi za kujadiliana kwa uungwana.

1. **Mnabidi muwe na muda wa kutosha kujadiliana kutokukubaliana kwenu.**
2. Usiwe na hasira. Jibu kupitia kwa roho wa Bwana.
3. Baki kwenye hoja na usikilize kwa utulivu.
4. Usidharau tabia ya mwenzio.
5. Usilete ya kale.
6. Usibishane na mwenye hasira.ngonjea hasira yake iishe.
7. Msifanye mbele ya watoto au watu wengine.
8. Heshimu kila mara.
9. Malizia baadaye kila mara.

10. Chagua vita vyako.

11 Usiende kitandani na hasira.

TUKIMKUBALI, MUNGU ATATUSAIDIA KUBADILISHA **VITA** VYOTE kwa mapinduzi katika maisha yetu na uhusiano wetu wenyewe.

HAKIKI: MAPAMBANO YA MAPINDUZI

Maswali ya majadilano
 Eleza jinsi Mungu anavyofanya kazi kupitia mahusiano kukuza tabia yake ndani yetu.
 Fafanua Mapinduzi ya Migogoro kwa maneno yako mwenyewe Fafanua maneno haya manne:
 Upendo, Thamini, Heshima na Heshima Eleza njia mbili ambazo unaweza kuonyesha heshima kwa mtu ambayo inaweza kuwa ya maana kwake?
 Eleza njia mbili ambazo unaweza kuonyesha upendo kwa mwanamke ambayo inaweza kuwa ya maana zaidi kwake?
 Eleza jinsi maumivu ya zamani yanaweza kuathiri leo? Eleza uzoefu mmoja ambapo hii imetokea kwako..

a. Tengenezeni vikundi viwili na mfanye" mazoezi" mkisema " pole" NIlikuwa muongo.Katika vikundi hivi,mazoezi yanahitajika kuwa na wanaume "wakizoea" kuomba radhi na wanawake wasamehe kwa neema.Zoezi hili linaweza kuwa gumu mwanzoni na ndio maana mazoea yanahitajika.ukifanya zoezi hili pekee yako,tafuta mtu wakati wa mchana na umwombe radhi.Sisi wote tuna kasirishana na tuna faa tuombane radhi.

b. Ni wajibu wa nani wa nani kubadilisha wenzetu tulikaribu nao.

c. Wajibu wetu ni nini?

Huu ungekuwa wakati mzuri kutubu kwa ajili ya kuchukua kazi ya Mungu.

Hakiki

1. Mabadiliko ya ghafla ya jinsi watu wanaishi,fanya kazi,tafakari N.K inaitwa;

   a. Mapambano

   b. Mapinduzi

   c. Unyenyekevu.

2. Mapambano ya kutostarehesha inaweza kuwa njia ya haraka kwa mabadiliko mema.

   a. Ukweli

   b. Uongo

3. Mapambano yanawezakuleta uhusiano wa undani unaoaminika.

   a. Ukweli.

   b. Uwongo.

4. Mapambano inaweza kuwa fursa ya;

   a. kupata heshima

   b. Lipa ankra

   c. Fanya watu walipe madeni yako.

   c. Majibu yote ni sahihi.

5. Ukimaliza wakati mwingi ukisikiliza,hautapata jibu lako.

a. Ukweli

b. Uwongo.

6. Changua kanuni tatu zinazoweza kukusaidia kuwa na uhusiano wa undani.

a. Kubali huruma wa undani kwa mtu ili kuteka moyo wake.

b. Wacha Mungu akuponye kwa hali ya kale ambazo zinzweza kurudi kwa kwa mapambano ya sasa.

c. Jifunze kupenda na upendo wa Mungu.

d. Elewa jinsi tabia zina athiri uhusiani wenu.

e. kuza hisia zako na kukataliwa na kutupwa.

f. Jihurumie.

7. Katika harusi jambo kuu ni?

a. Keki ya harusi.

b. Rangi ya nguo.

c. Kiapo mnayofanya

d. mhubiri anayehubiri kwa harusi.

8. Tunapo tembea kwa kusamehe, tunafaa tujue wakati na kama tutasamehe au la.

a. Ukweli.

b. Uwongo.

9. Wanawake wataonekana vizuri wakilishwa kama shamba linalo hitaji kunyunyuziwa.

a. Ukweli

b. Uongo

10. Uendelee kuleta vya kale hadi upate suluhisho.

a. Ukweli.

b. Uongo.

11. Chagua maneno manne yanayo fafanua upendo Usiokoma.

a. moyo wote.

b. Upendeleo
c. Kutokuwa na vikwazo.
d. Visivyo kuwa na kikomo.
e. Shaka.
f. Tuhuma.
g. Bila kinyongo.

12. Si vizuri kutokubaliana na kujadili.
a. Ukweli.
b. Uwongo.

13. Chagua hatua nne za kujadili.
a.
b. Sikiliza vyema.
c. baki kwa hoja usiibiwe.
d Leta ya Nyuma.
e. Shambulia mtu.
f. Jibu, usiwe na hasira.
g. Usijadili ukiwa na hasira.
h. Waite majina mabaya.

14. Tukisema au kufanya kitu kinachoumiza, tunafaa tufanye nini?
a. Mungu aliniumba nifanye hivyo.
b. Ni makosa yako.
c. pole. mimi ndiye nilikuwa muongo.
d. Majibu yote si sahihi.

15. Ni wajibu wa nani kubadilisha mtu aliye karibu na wewe.
a. Yake
b. Yao
c. Ya Mungu..

CHAPTER 6
KUWA NA UTUKUFU

WAFILIPI 2:8-24

8. Tena alipoonekana ana umbo kama mwanadamu,Alijinyenyekeza akawa mtii hata mauti, naam, mauti ya msalaba.

9.Kwa hiyo tena Mungu alimwadhimisha mno, akamkirimia jina lile lipitalo kila jina

10.ili kwa jina la Yesu kila goti lipigwe, la vita vya mbiguni, na vya duniani, na vya chimni ya nchi.

11. Na kila ulimi ukiri ya kuwa YESU KRISTO NI Bwana.Kwa utukufu wa mungu Baba,

12.Basi, wapendwa wangu,kama vile mlivyotii siku zote, si wakati mimi nilipokuwapo tu,bali sasa, zadi sana mimi nisipokuwapo,utimizeni wokovu wenu wenyewe kwa kuogopa na kutetemeka.

13. Kwa maana ndiye Mungu Atendaye kazi ndani yenu, kutaka kwenu na kutenda kwenu kwa kulitimiza kusudi lake jema.

14.Yatendeni mambo yote pasipo kunung'unika wala mashindano.

15.Mpate kuwa wana wa Mungu wasio na lawama, wala udanganyifu, wasio na ila kati ya kizazi chenye ukaidi,kilichopotoka;ambayo kati ya hao mnaonekana kuwa kama mianga katika ulimwengu,

16.mkishika neno la uzima;nipate sababu ya kuona fahari katika siku ya kristo, ya kuwa sikupiga mbio bure wala sikujitaabish bure.

17Naam,hata nikimiminwa juu ya dhabihu na ibada ya imani yenu, nafurahi;tena nafurahi pamoja nanyi nyote.

18. Nanyi vivyo hivyo furahini,tena furahini pamoja nami.

19. Walakini natumaini katika Bwana Yesu kumtuma Timotheo afike kwenu karibu, nifarijiwe na mimi,nikiijua hali yenu.

20Maana sina mtu mwingine mwenye nia moja nami,atakayeingalia hali yenu kweli kweli.

21. Maana wote wanatafuta vyao wenyewe,sivyo vya kristo Yesu.

22 .Ila mwajua sifa yake, ya kuwa ametumika pamoja nami kwa ajili ya injili,Kama mwana na baba yake.

23. Basi, natumaini kumtuma huyo mara, hapo nitakapojua yatakayonipata.

24 Nami naamini katika Bwana ya kuwa nitakuja na mimi mwenyewe hivi karibu.

1. Daima Amechukua Mfano Wa Binadamu

Hebu tuangalie mwanzoni mwa mlango wa 5. "wacha fikira hii iwe ndani yenu ambayo pia ilikuwa ndani ya

Kristo Yesu.Ambaye alikuwa kwa umbo wa Mungu.Usiwahi kujidanganya kuwa sawasawa na Mungu. Akaonwa kama mtu aliye kosa utukufu na akachukuwa umbo wa mhudumu, na akawa kwa umbo la mtu. Alipojipata kwa mtindo wa mtu,Alinyenyekea na kuheshimu hadi kufa.hata kufa kwa msalabani.

Kwa hiyo tena Mungu alimwadhimisha mno, akamkarimia jina lile lipitalo kila jina.Ili kwa jina la Yesu kila goti lipigwe, la vitu vya mbinguni na vya duniani, na vya chini ya nchi; na kila ulimi ukiri ya kuwa YESU KRISTO NI BWANA kwa utukufu wa Mungu baba.

Kwa nini anatwambia hivi? Kwenye kifungu cha 3 anasema "Msitende neno lolote kwa kushindana wala kwa majivuno......"2 Ijalizeni furaha yangu ili muwe na nia moja, wenye mapenzi mamoja wenye roho moja mkinia mamoja. " Wacha fikira hii iwe ndani yenu ambayo ilikuwa ndani yaYesu Kristo.

Ni vigumu zaidi sisi kuwa na "utukufu" kuliko Yesu Wakati mwingine tunadhani hivyo,sivyo? Yesu ni mwana wa Mungu, hii inaifanya hata gumu zaidi.........kwa sababu alichukuwa umbo la mtu.kwa sura ya nini? "kwa sura ya mtu".

Pengine haimaanishi chochote kwako kuwa yesu alichagua sura ya mwanadamu.na pia haimaanishi chochote kwako kuwa alifuta kila kitu cha mbinguni-chochote kilicho muhusu mbinguni —alijiweka chini hadi akawa kama vile viumbe vidogo vinavyotambaa vikizunguka ardhini na miguu miwili, pengine wenye akili, pengine watu wakuu...na bado wako.Bado wanadhani wako juu ya Mungu. Na wanamfanya kuwa "hana utukufu."

. . .

Siku moja nilikasirika na nikaambia Bwana "Mungu" kwa nini hauonyeshi hii dunia ulicho? Kwa nini? Akanipatia Zaburi 78 aliposema "akaziacha nguvu zake kutekwa, na fahari yake mkononi mwa mtesi. Mungu bado hajachukua fahari yake yote kutoka kwa mkono wa adui. Haja achilia nguvu zake duniani **lakini anaenda kufanya vivyo hivyo.**Anajitikisa sasa. Vitu vinavyofanywa na kusemwa juu yake leo…Anajitayarisha kujitikisa kama anayetoka usingizini na anaenda " kuwapiga watesi wake na kuwarudisha nyuma" Na atakapo fanya hivyo, kitu kinaenda kutendeka. Anaenda kuchukua nguvu zake kutoka kwa kutekwa na fahari yake kutoka kwa shetani.

Alichukuwa umbo la watu,Akajifanya asiye na Utukufu , na kujipata kwa mtindo wa mtu alinyenyekea. Hakuna mtu yeyote mwema ambaye angekomboa mwanadamu.Hakuna mwana wa Mungu angekomboa mtu.Yesu pekee aliyekuja kama mwana wa mtu alikomboa mtu. Chochote alicho kuwa kitambo alipokuja duniani, hakuwa tena….kwa sababu alichukua umbo wa mwanadamu.kufanywa kwa sura ya mwanadamu. …na kuwa na mtindo kama wa mtu. Alinyenyekea, na kuwa na heshima hadi kufa.hata kifo cha msalaba.alijifanya mwenye hana utukufu, kwa kuchukuwa umbo la mtu.Si mwana wa Mungu sasa lakini mwana wa mtu.hangekuwa na uhusiano ule ule na Mungu alipoacha mbingu kuja duniani.

II Je! Tutawezaje Kubali Kilio Cha Yesu Huyu?

Tunawezaje? **TUNAWEZAJE KUTOSHUKA KWA MSALABA WAKE?** Je! Hatuwezi kukubali kilio cha Bwana, ambaye alijinyenyekeza? Labda haujui ingemaanisha nini. Nina hakika sijui inamaanisha nini kwa Bwana wa mabwana na Mfalme wa wafalme kuja kutemewa mate, kulaaniwa, kutukanwa, kuteswa - mambo yote mabaya, mabaya - kisha kuishia msalabani : **mtiifu hata kufa kwa ajili yako na mimi.**

Nadhani tuna ujasiri wa kufikiri kwamba tunaweza kuzungumza kwa njia yoyote kwa Mungu isipokuwa kumtii Yeye. Sijui ni jinsi gani tunafikiria tunaweza kwenda katika njia ya ulimwengu, na kukubaliana katika ulimwengu, wakati Yesu hakufanya maelewano. Tunawezaje kuifanya? Hatuwezi kuifanya. Ingawa tunafikiria tunaweza kuendelea nayo, hatuwezi kufika nayo. Kwa sababu alikua "hana sifa" kuwa kama watu. Inapaswa kututia aibu hata kufikiria njia nyingine yoyote isipokuwa njia ya Mungu.

Nakumbuka siku ambayo niliketi katika nyumba moja nchini India. Kijana mmoja aliniuliza swali: "Dini yoyote ni sawa, sivyo? Ikiwa unaiamini? " Ghafla, kitu kilinitokea. Bwana aliniinua katika eneo la umilele: ilikuwa kabla ya wakati, kabla ya mwanadamu kuumbwa. Nilipokuwa katika eneo la umilele, nilisikia mazungumzo kati ya Mungu Baba na kwa Mwanawe, Yesu. Nilihisi upendo mkuu wa Mungu ambao umepata kwa huyu ambaye alikubali kutokuwa na sifa, lakini akakubali kuwa kama watu - ili atutoe kwenye hukumu ambayo ilikuwa imeshatangazwa juu ya jamii ya wanadamu, kutuchukua kutoka mkono wa Shetani na utukomboe tena kwa Baba.

Nilihisi upendo wa Baba kwa Mwanawe wa thamani na bei ambayo angelipa, wakati wote kwa pamoja walianza kuzungumza juu ya kile Atakachowafanyia wanadamu hawa ambao wangeenda kuunda, wakijua kabisa kuwa mtu ataanguka mikononi. ya Shetani na kuhukumiwa milele bila Mungu. Kujua haya yote, Mungu alimuumba mwanadamu kwa raha yake mwenyewe.

Je! Tunawezaje kusita usiku wa leo na kuongeza ulimwengu kwa raha yetu? Je! Tunawezaje kujichanganya na vitu vya ulimwengu na kudhani tunafanya raha ya Mungu? Tunawezaje kuifanya? Je! Tunawezaje kufikiria juu ya mambo haya? "Ah, lazima uwe na hii; lazima uwe na hiyo ..."

Sijui niliwaambia nini watu kwenye meza hiyo siku hiyo, lakini jambo moja nilijua: nilikuwa mbele ya Mungu Mwenyezi, na nilikuwa mbele ya Mwanawe, na nilijua jinsi moyo wa Mungu ulivyokuwa, na nilijua moyo wa Yesu ulikuwa nini, na nilijua bei waliyoamua kulipa kuwa na watu wanaoitwa wanadamu kwenye dunia ambayo Mungu aliwaumbia, hata bei ya msalaba - hata bei ya kuyatoa maisha yake chini ili afanane na mwanadamu. Haikuwa lazima. Mungu hakupaswa kuwa nasi, lakini alitaka watu ambao wangempenda na kumtumikia sio kwa sababu aliwachapa kufanya hivyo, sio kwa sababu aliweka mazingira ambayo hakuna mtu anayeweza kuzunguka, lakini kwa sababu Mwanawe alitupenda. Mungu alitupenda sana hata akamtuma Mwanawe ulimwenguni atufie. Na Yesu alitupenda sana hata akatoa maisha yake pale msalabani kwa ajili yetu. Basi tunawezaje kuwa nafuu sana? Bei nafuu sana hivi kwamba tunadhani tunaweza kumdhalilisha? Tunawezaje kuifanya?

Na anachotuuliza tu ni kuchukua maisha haya na

yawekwe wakfu kwake. Yote anayoomba ni kujimwaga vitu ambavyo Shetani ameweka juu yetu, na tujazwe na furaha Yake, na upendo Wake, na amani Yake, na haki Yake. Je! Tunawezaje kusawazisha? Tunawezaje kujihesabia haki kwa kile tunachosema na kile tunachofanya? Tunawezaje kuifanya? Hatuwezi kuifanya...

III) **Ingekuwaje kama yesu angeingiliwa?**

Kuakifiana ni kitu kibaya sana mbele ya Mungu.Yesu angeafikiana na shetani jangwani. Binadamu hangeokolewa. Kila mmoja wetu angeenda jehanamu. Tungeenda huko bila hueni ya Mungu. Kama angeafikiana Jangwani shetani alipokuwa anamjaribia huko kama mwana wa Mungu.Hakuja duniani humu kama mwana wa Mungu.Alichukuwa umbo la mtu kuokoa mtu kama mwana wa mtu. Aliamua kuwa mmoja wetu. Aliamua kuwa " mtukufu" kuwa ataturudisha kwa uwepo wa Bwana na ataondoa kila kitu kilicho kinyume na Mungu ndani yetu.kuwa awe kila kitu ndani yetu. Tunawezaje kwenda nusu na Mungu.?Tunawezaje kufikiri kuwa tunaweza kufika? La! La! Hatuwezi. **Sadaka aliyotulipia ni kubwa mno.**

SIJUI NILIKUWA KWA MUDA GANI KATIKA ENEO LA UMILELE. Muda haukuwepo. Kulikuwa na umilele tu. Lakini kuna kitu kilinitokea pale. Ilikuwa kana kwamba Bwana alinipeleka mwanzoni mwa wakati alipoumba ulimwengu, na akamweka mwanadamu juu ya dunia. Nilitazama haya yote yakitokea, na niliangalia ikifika wakati Yesu alikuwa kama mtu - kwa mfano wa mwanadamu. Jinsi walijaribu kumuua mara tu alipozaliwa. Mafarisayo na Masadukayo walijaribu kumwua; Shetani alijaribu kumwua nyikani. Lakini aliingia ndani na nguvu, na akatoka na nguvu! Amina! Nguvu ya Roho Mtakatifu!

Alishinda wokovu wetu msalabani, pia alishinda vita kati yake na shetani Jangwani. Alipigana vita hivi kama mwana wa mtu. Hakupigana vita hivi kama mwana wa Mungu..Shetani alijaribu kumjaribu Yesu ili ajibu kama mwana wa Mungu lakini hakuwahi jibu kama mwana wa Mungu. Alijua alikuwa amekuja kama mwana wa mtu na anafaa aende msalabani kama mwana wa mtu na si kama mwana wa Mungu. Aliweka vyote chini kwa ajili yangu na yako. **Aliweka yote chini kwa ajili ya dunia.** Chini kupitia kwa visasi vya wakati.

Pia nilikuwa ninaona kilichokuwa kinatendeka: Yote yaliyokuwa yanatendeka kwa Yesu na pia Msalabani hadi kufa kwake pamoja na kufufuka kwake. Halafu baada ya kufufuka kwake eneo lilibadilika. Kitu kilitendeka alipofufuka. Yesu alikamilisha Baba alichomtuma afanye. Ilikuwa kurudisha mwanadamu kwa Baba wake. Awarudishe kwa Mungu kama dhambi zao zimesamehewa. kama wamebadilishwa.

Alipofufuka, Biblia inasema kuwa watukufu walifufuka naye. **Wako kule juu mbinguni wakingonjea wewe na mimi tuwe watukufu.!** Wako kule mbinguni wanangonjea. Wenye kukaribish ambao hakuna mwanadamu anayeweza kuhesabu wanaangalia chini wakisema, "Kwa nini nyinyi watu msimkubali Mungu

afanye kile ambacho anataka kufanya nanyi?"
Mnachelewesha kurudi kwa Bwana. Hawawahurumii. Wanachanganyikiwa kwa sababu mnachukuwa muda mwingi.! Hamumwachi Mungu afanye kazi ambayo anahitajika kufanya, ndivyo Yesu arudi tena.Yesu huyohuyo alikufa msalabani na akafufuka.Yesu huyohuyo Anatusamehe dhambi zetu. Yesu huyo huyo anarudi tena, Na hivi ndivyo anvyosema. "Kwa hiyo tena Mungu amemwadhimisha mno,akamkirimia jina lile lipitalo kila jina ili kwa jina la Yesu, kila goti lipigwe la vitu vya mbinguni na vya duniani, na vya chini ya nchi; na kila ulimi ukiri ya kuwa YESU KRISTO NI Bwana, kwa utukufu wa Mungu Baba."Amina.

IV. KILA GOTI LITAINAMA

Ina maanisha nini kwetu?Tulipe mtango huu ili tuweze kusimama mbele yake ili **Atufanye jinsi alivyo?**Sasa kwa nini tunaafikiana? Kwa nini tunakubali vitu vya dunia hii, na ibilisi, na watu, kutupinga kuingia katika mahali pale ndani yake ambapo tunaweza kujua kuwa ni Yesu ndani yetu.?Tunaweza kujua kwamba upendo wake unabadilisha maisha yetu.

Fikira zile Yesu alizokuwa nazo, Anatupatia-ili afanye upendo wa Baba kupitia kwa Yesu kristo, Aliyetufia.Alifufuka ,na haijalishi kama wanaiamini au hawaiamini. Haijalishi kama ni waovu au si waovu. Haijalishi mahali wanaposimama mbele ya Mungu usiku wa leo, Haijalishi. " Kila goti litapigwa chini na kila ulimi utakiri kuwa YESU Kristo ni Bwana."Wanaenda kuifanya,nao wanawezaifanya wakiwa na hasira au chuki au kwa uharibifu wao war oho zao.Lakini wanaenda kuifanya.

Hata kama wanapenda au la..

Siku inakuja na wanaenda kuijua. Sidhani iko mbali sana,Kwa sababu Bwana wetu alilipa mtango ili tujazwe na ukamilifu wa Mungu.- Ukamilifu kabisa wa Mungu.Yesu alilipa mtango ili tuweze kusimama mbele yake wakati wa hukumu-tukiwa na ujasiri..Si kwa ujasiri wetu bali uaminifu na unyenyekevu wa Yesu Kristo.Simama na unyenyekee, kwa uwepo ule wa mwana wa Mungu., Kuwa ni lazima tuwe jinsi alivyo.

V. Itamaanishi nini kwa Yesu?

UNAWEZA KUTAFAKARI JINSI ITAMAANISHA NINI KWA YESU? ANAPOONA watu wengi wakiwa jinsi vile alivyo? Anaenda kuwasilisha ule ufalme kwa Baba.Ufalme huu ambao shetani alikuwa ameutoa kwa Baba.Alidhani kuwa anayashinda yote. La haweza, kwa sababu siku moja Yesu anaenda kusema " Njoo nami.Ninataka uende nami ninapo wakilisha ufalme wa dunia"**ufalme ambao yesu alileta duniani.** Si ufalme wa dunia ",Ni wakati wa kuwakilisha kwa Baba" Unadhani Baba atafanya nini akituangalia na aone yesu? Hatuoni,Anaona Yesu.Hicho ndicho anacho angalia sasa, Anaona Yesu akituchakiza na kukinga maisha yetu ndiyo Aseme " Hebu Njoo ,Familia ninataka kuwawasilisha kwa Baba" Yesu aliye kuwa mtukufu alikuwa mwana wa mwanadamu.ili tuwe wana wa Mungu-Ili tujiunge naye.

TUNAKUWAJE NA UJASIRI? Tunadhani tunaweza kuwa na ujasiri wa kutendea Yesu hivyo?Tunaweza kuwaje na ujasiri ya kuafikiana na maisha yetu nusu kwa ibilisi na nusu kwetu wenyewe.badala ya kuipa Yesu maisha yote. Na tumkubali Yesu kuja ndani yetu.?Tunafaa tuingalie na tujue msimamo wetu ndani yake. Anahitaji tusimame wazima kwa Baba.

KUFANYA HIVYO,KILA ULIMI UNAFAA UKIRI KUWA YESU KRISTO ni Bwana . Nnadhani kuwa leo neno hili linachocha moyo wako kama ule ambao hauajawahi kuchochewa.na litakuletea mabadiliko na uwe " mtukufu."kama yesu. Ili utambue kwamba Yesu alifanya hivyo kwa ajili yetu, ili tuweze kuinama mbele zake, na kumpa utukufu. Mpe utukufu kwa kila kitu kidogo anachotupa. Kila mwangaza wa matumaini, kila kitu ambacho tunacho, Bwana ametupa. Wacha tujitikise kutoka kwa mambo haya mengine yote.

VI.Anachohitaji Ni Sisi Kumpa Vyetu Vyote.

Nilijua kijana ambaye alitoka mbali na kile Mungu alikuwa nacho kwake. Je! Mtu anawezaje kuondoka, wakati Mungu amefanya mengi katika maisha yake? Tunaweza kucheza na watu, lakini hatuchezi na Mungu. **Yesu alilipa yote… kutupatia yote ambayo Baba anayo kwa ajili yetu**. Ni yetu leo na yote anayoomba ni sisi kumpa yote yetu na atachukua na atatupa yake yote. Tayari alilipa bei hiyo kwa ajili yetu, ili siku moja tuweze kusimama mbele Yake kwa ujasiri na kujua kwamba ametufanya vile alivyo, kupitia damu yake ya thamani, na kwa jina Lake lenye nguvu. Amebadilisha maisha yetu.

Mungu anasema, "Yote ipe Yesu."

Utakutana na ujumbe huu barabarani mahali. Ulisikia na Mungu atawajibisha. Utakutana nayo barabarani. Ninakuhimiza kukutana nayo kabla ya hukumu kuja. Natumai umeamua leo kumruhusu Yesu awe kila kitu kwako. Natumai unaweka kila kitu chini ya miguu ya Yesu, na Mruhusu awe kwako Bwana wa mabwana na Mfalme wa wafalme. Sifa jina lake.

"... ndiye Mungu atendaye kazi ndani yenu, kutaka na kutenda kwa mapenzi yake mema ... Ili mpate kuwa na lawama na wasio na hatia, wana wa Mungu, bila lawama, katikati ya taifa lenye upotovu na upotovu,. kati yao mnaangaza kama miangaza ulimwenguni; Kushikilia neno la uzima; ili nifurahi siku ya Kristo, ya kuwa sikukimbia bure, wala sikufanya kazi bure. Wafilipi 2:13, 15, 16

MAOMBI YA KUFUNGA.

Baba, tunakushukuru. Yesu, tunakushukuru kwamba umekuwa "asiye na sifa" kama mwanadamu. Na, Bwana, tunashangaa ni jinsi gani unaweza kufa kwa vile. Ee Mungu, ni Wewe tu Lazima useme sisi "hatuna sifa" isipokuwa kwa Yesu. Bwana, usiku huu, leta Roho wako ndani yetu. Acha toba ya kweli ije kwa kila mmoja wa mioyo yetu, ili nuru hii iliyo ndani yetu izidi kung'aa; ili tuweze kutembea bila maelewano katika ulimwengu huu wa leo; kwamba mwanga utazidi kung'aa na kuangaza hadi siku kamili. Tunakupa utukufu. Tunakushukuru kwa Neno hili. Tunakuomba, Mungu wetu, utuletee utambuzi kwamba hakuna maelewano katika Mungu. Yote ni yote au hakuna kabisa. Leo, Bwana Yesu, zungumza na mioyo yetu juu ya kila kitu tunachojaribu kukubaliana nacho. Tunakuomba, Yesu, utuchukue, na tujione kama vile unatuona, ili tusimame mbele Yako, kuwekwa huru katika nuru ya Kristo kufunuliwa ndani yetu. Tunakushukuru, Bwana, kwa Neno hili. Tunakushukuru kwa masikio yaliyosikia na mioyo ambayo wameipokea, na, Bwana, tunakupa utukufu kwa hiyo sasa, kwamba Utatimiza. Katika Jina Lako La Ajabu tunauliza, na kwa utukufu wako. Amina.

UHAKIKI: KUWA NA UTUKUFU

Ukweli Au Uongo.
    1.………..Yesu Alipeana tu nusu ya vile alivyo navyo mbinguni ili awe kama mtu.
    2. ………Yesu hajachukuwa utukufu wake wote kutoka kwa mkono wa ibilisi.
    3. …………..Ni mwana wa Mungu tu Aliyekomboa mtu
    4. ………Sasa Yesu ana uhusiano uleule na Baba kama alivyo fanya baada ya kuja duniani.
    5. ……..Tunaweza enda kwa njia ya dunia.
    6. ……..Hatufai tuaibike kutafakari kwa njia nyingine kinyume cha njia ya Mungu.
    7. ……….Mungu aliumba mtu kwa ajili ya furaha yake hata kama alijua kuwa ataanguka kwa mikono ya shetani.
    8. ……. Mungu anatamani watu ambao wangempenda na kumtumikia, sio kwa sababu aliwachapa kufanya hivyo, sio kwa sababu aliweka mazingira ambayo hakuna mtu anayeweza kuzunguka, lakini kwa sababu Mwanawe alitupenda.
    9. …………Yesu Alitushindia vita msalabani.

10. Yesu alimalizia kile ambacho Baba Alimtuma kufanya kwa kufufuka.

11. …………..watukufu wanangojea wewe nami kumkubali Mungu afanye atakachopenda kufanya nasi.

12. ………..Hatuwezi kuwa na fikira ile ile yesu aliyokuwa nayo.

13. ……...Kila goti litainama na kila ulimi utakiri kuwa Yesu kristo ni Bwana.

14. ………... Tukisimama mbele yake siku ya hukumu itakuwa kwa unyenyekevu wa Yesu.

15. ………..Anaenda kuwawakilisha watu wengi ambao wako kama yeye.

16. ………..Alikuwa mwana wa mwanadamu aliye mwokofu ili sisi nasi tuwe wokovu.

17. …….. Tunafaa tucheze na Mwanadamu bali si Mungu.

18. …….. Kila tumaini ambayo tunayo, kila kitu ambacho tunacho Mungu ndiye ametupatia.

19. ………………… anachohitaji tu kwetu ni kumpa maisha yetu yote.

20. ……….. Maandiko haya yanafaa ya chochee mioyo yetu ,yatubadilishe tuwe wokofu kama Yesu.

CHAPTER 7

MCHUNGAJI MWEMA NA KONDOO

Hebu twende kwenye Bibilia tuone tunachoweza kujifunza jinsi Mungu anatarajia viongozi au wachungaji kutenda vitendo mbele ya watu wake.

Ezekieli 34: Ndipo neno la Bwana likanijia, kusema, 2 "Mwanadamu, tabiri juu ya wachungaji wa Israeli. Tabiri na uwaambie hao wachungaji, 'Bwana Mungu asema hivi, "Ole wenu wachungaji wa Israeli ambao wamekuwa wakijilisha wenyewe! Je! Wachungaji hawapaswi kulisha kundi? 3 Mnakula mafuta na kujivika sufu, mnachinja kondoo walionona bila kulisha kundi. 4 Wale walio wagonjwa haujawatia nguvu, wale waliougua haujawaponya, waliovunjika haukuwafunga, waliotawanyika hukuwarudisha, wala haukuwatafuta waliopotea; lakini kwa nguvu na kwa ukali umewatawala.

Soma Vifungu vifuatazo na ujaze mapengo katika chati.

Wachungaji walikuwa wakifanya nini	Mchungaji mwema angefanya nini

Wakati watu walio chini ya uangalizi wetu wanaanguka katika imani potofu, wakitangatanga, kukasirika au kuacha tu kuhudhuria huduma zetu, tunaweza kuwalaumu au kuchukizwa na tabia zao. Hii sio kile Mungu anataka kwa Mchungaji Mzuri.

Soma kifungu cha 5 na ueleze kile Mchungaji mwema hufanya wakati kondoo aliye chini ya utunzaji wake "anapotea".

5 Walitawanyika kwa kukosa mchungaji, nao wakawa chakula cha kila mnyama wa mwituni, wakatawanyika. 6 Mifugo yangu ilitangatanga katika milima yote na juu ya kila kilima kirefu; Kondoo wangu walikuwa wametawanyika juu ya uso wote wa dunia, na hakuna mtu wa kuwatafuta au kuwatafuta.

Je! Mungu anasema nini katika mistari ifuatayo ambayo atafanya juu ya wachungaji wasiojibika na wenye ubinafsi?

_____

_____

7 Kwa hiyo, enyi wachungaji, lisikieni neno la Bwana: 8 Kama niishivyo, asema Bwana MUNGU, hakika kwa sababu kundi langu limekuwa mawindo, kondoo langu

limekuwa chakula cha wanyama wote wa kondeni kwa kukosa ya mchungaji, na wachungaji Wangu hawakutafuta kondoo Wangu, lakini badala yake wachungaji walijilisha wenyewe na hawakulisha kondoo Wangu; 9 basi, enyi wachungaji, lisikieni neno la Bwana. 10 Bwana MUNGU asema hivi; Tazama, mimi ni juu ya wachungaji, nami nitawauliza kondoo wangu kutoka kwao, na kuwazuia kuwalisha kondoo. Kwa hivyo wachungaji hawatajilisha wenyewe tena, lakini mimi nitaokoa kondoo Wangu kutoka vinywani mwao, ili wasiwe chakula chao.

Angalia pia kwamba kuna mabadiliko ya hila katika maneno. Badala ya Mungu kuzungumza juu ya "kundi" anaanza kusema, "Kondoo WANGU"

1 Kwa maana Bwana MUNGU asema hivi, Tazama, mimi mwenyewe nitawatafuta kondoo wangu na kuwatafuta. 12 Kama vile mchungaji anavyotunza kundi lake siku ambayo yuko kati ya kondoo zake waliotawanyika, ndivyo nitakavyowachunga kondoo Wangu na kuwaokoa kutoka mahali pote walipotawanyika siku ya mawingu na huzuni.

Hivi ndivyo Mungu, ambaye ni Mchungaji Mwema, anaahidi atafanya kwa kundi lake.

13 Nitawatoa kutoka kwa kabila za watu na kuwakusanya kutoka nchi zote na kuwaleta katika nchi yao wenyewe; nami nitawalisha juu ya milima ya Israeli, na vijito vya maji, na katika makao yote ya nchi. 14 Nitawalisha katika malisho mazuri, na malisho yao yatakuwa juu ya vilima vya Israeli. Huko watalala kwenye ardhi nzuri ya malisho na watakula malisho mengi kwenye milima ya Israeli. 15 Nitalisha kondoo Wangu na nitawaongoza wapumzike, asema Bwana MUNGU. 16

"Nitawatafuta waliopotea, nitawarudisha waliotawanyika, nitafunga waliovunjika na kuponya wagonjwa;

KATIKA VIFUNGU VIFUATAVYO KUNA ZAIDI YA AHADI AMBAYO ilikuwa inaelekeza kwa Mfalme Daudi lakini mwishowe kwa Yesu ambaye alitoka katika ukoo wa Daudi.

23 NDIPO NITAKAPOWEKA JUU YAO MCHUNGAJI MMOJA, mtumishi wangu Daudi, naye atawalisha; atawalisha mwenyewe na kuwa mchungaji wao. 24 Na mimi, Bwana, nitakuwa Mungu wao, na mtumishi Wangu Daudi atakuwa mkuu kati yao; Mimi Bwana nimesema.

KATIKA YOHANA 10 YESU ALISEMA JUU YAKE MWENYEWE, **"Mimi ndiye Mchungaji Mzuri**... (Nani) anayetoa uhai wake kwa ajili ya kondoo". Labda alikuwa akimaanisha Ezekieli 34, kwa kuwa kuna mambo mengi ambayo yanaonekana sawa. Wakati Yesu alisema haya viongozi wa dini ambao walikuwa wakisikiliza walikasirika sana, wakachukua mawe ili wamuue Yesu. Labda walijua kifungu cha Ezekieli na walielewa kuwa Yesu alikuwa akimaanisha wao kama wachungaji wasiojali. Mungu alikuwa akijiandaa kutimiza ahadi hii kupitia Mwanawe.

7 BASI YESU AKAWAAMBIA TENA, AMIN, AMIN, NAWAAMBIA, mimi ndimi mlango
wa kondoo. 8 Wote waliokuja mbele yangu ni wezi na

wanyang'anyi, lakini kondoo hawakuwasikia. 9 Mimi ndimi mlango; mtu yeyote akiingia kupitia Mimi, ataokolewa, na ataingia na kutoka na kupata malisho. 10 Mwizi huja tu kuiba na kuua na kuharibu; Mimi nalikuja ili wapate uzima, na wawe nao tele.

11 "Mimi ndimi mchungaji mwema; mchungaji mwema huutoa uhai wake kwa ajili ya kondoo. 12 Mtu aliyeajiriwa, na sio mchungaji, ambaye si mmiliki wa kondoo, akiona mbwa mwitu inakuja, huwaacha kondoo na kukimbia, na mbwa mwitu huwakamata na kuwatawanya. 13 Yeye hukimbia kwa sababu yeye ni mwajiriwa na hajali kondoo. 14 Mimi ndimi mchungaji mwema, na ninawajua wangu walio wangu na Wangu pia wananijua, 15 kama vile Baba ananijua na mimi namjua Baba; nami nautoa uhai wangu kwa ajili ya kondoo.

"YESU ANAWEKA WAZI KUWA HASEMI TU JUU YA WANA WA ISRAELI WAKATI ANASEMA," **Kondoo wangu** ". Alikuja kutoa maisha yake kwa ajili ya watu ulimwenguni kote kuweza kuingia katika "zizi la kondoo".

YOHANA 10:16 NINA KONDOO WENGINE, AMBAO SI WA ZIZI hili; Lazima niwalete pia, nao wataisikia sauti yangu; nao watakuwa kundi moja na mchungaji mmoja. 17 Kwa sababu hii Baba ananipenda, kwa sababu nautoa uhai wangu ili niupate tena. 18 Hakuna aliyeinyakua kutoka kwangu, lakini ninaitoa kwa hiari yangu mwenyewe. Nina mamlaka ya kuutoa, na nina mamlaka ya kuutwaa tena. Amri hii nilipokea kutoka kwa Baba yangu. "

Yesu aliwaita kila mmoja wa wanafunzi wake kwa wito ule ule, "Nifuate" Kisha Akaongeza, "**Nami nitawafanya ninyi wavuvi wa watu.**" Baada ya kifo cha Yesu, wakati wanafunzi wote walipokuwa wamekimbia na Petero alikuwa amemkana mara 3, Yesu alimkuta Petero. Alikuwa akivua samaki, sio kwa wanaume, bali kwa samaki - na hawakupata chochote. Yesu aliwatokea na akamwuliza Petero.

Soma Yohana 21: 15-17. Eleza kile Yesu alipinga na kumwita Petero afanye:

_____

_____

HII INWEZA KUMAANISHA KUWA PETERO ALIFAA KUITWA MCHUNGAJI?

Je? Yesu alikuwa anatafuta wachungaji wengine?

Hebu fikiri kuhusu maswali haya unaposoma kuhusu kitabu cha1 Petero 5:1-4. kumbuka kuwa hata Petero mwenyewe anaandika barua hii.

1 Petro 5: 1 Kwa hivyo, nawasihi wazee kati yenu, kama mzee mwenzako na shahidi wa mateso ya Kristo, na mshiriki pia wa utukufu utakaodhihirishwa, si kwa kulazimishwa, lakini kwa hiari, kulingana na mapenzi ya Mungu; na sio kwa faida ya ujinga, bali kwa hamu; 3 wala si kama bwana juu ya wale mliowagawia, lakini mkionyeshwa kuwa vielelezo kwa kundi. 4 Na Mchungaji Mkuu atakapotokea, mtapokea taji la utukufu isiyofifia.

Petro anawaita wazee kati yao, "wazee wenzangu". Yeye hakujiinua juu yao lakini badala yake alimwinua Kristo kama Mchungaji Mkuu na wote wakiwemo yeye mwenyewe kama "Chini ya Wachungaji". Hizi "utaratibu mpya" wa wachungaji wako chini ya uongozi wa Kristo. Ni kundi lake ambalo tunalijali. Yesu alikuwa akiwatunza watu wake kutoka kwa mikono ya wachungaji wasio na uwajibikaji - Mafarisayo na sheria, na kuwaweka chini ya uangalizi wa watu waliopewa nguvu na kuongozwa na Roho Mtakatifu.

Tusome Matendo sura ya 20:28

Matendo 20:28 Jihadharini basi, na kundi lote, ambalo Roho Mtakatifu amewaweka ninyi kuwa waangalizi, kulisha kanisa la Mungu, ambalo amenunua kwa damu yake mwenyewe.

Paulo aliwaita wazee (PRESBUETROS) wa kanisa na kuwapa changamoto kuwa waangalizi (EPISKOPOS) (Tazama aya ya 17)

- Lazima "Wajihadhari" kwa ajili ya kundi.
- **Roho Mtakatifu ndiye aliyewafanya waangalizi** sio Paulo. Barua za Paulo zinatujulisha kwamba Timotheo, Tito na Paulo wote walichagua viongozi katika kila kanisa walioanzisha na kuwaweka kama viongozi
- Walipaswa kuchunga kanisa ambalo ni la Yesu ambaye alilipa kwa damu yake mwenyewe.
- Mstari wa 31 walipaswa "Kuwa macho" kwa sababu ya "mbwa mwitu wakali"
- Mstari wa 35 Paulo aliwakumbusha kwamba Yesu alikuwa amewafundisha, "Ni heri kutoa kuliko kupokea". Paulo anataja maisha yake mwenyewe kama mfano jinsi alivyojitolea mahitaji yake mwenyewe kwa kazi ya mikono yake mwenyewe. Hakuchukua chochote kutoka kwao.

Uongozi wetu. Ni kuwa kama Yesu, hatuwezi kuwa kama wachungaji katika kitabu cha Ezekieli 34. Ambao kwa nguvu na ukali ……… waliwatawala."ni lazima iwe na upendo,Yesu aliuliza petero Je? "Unanipenda?" Alimuuliza mara tatu,Yesu alisem kuwa mchungaji mzuri "hupeana maisha yake kwa ajili ya kondoo"**Aina hii ya upendo huletewa tu na roho mtakatifu** ndani yetu.Anaweza kutupatia uwezo wa kupenda kondoo zake na upendo wake, kuwatunza, kuwalisha,kuwachunga kuwatetea na kuwwaongoza.

Uchungaji wa Daudi katika kitabu cha zaburi 23. Anaonyesha moyo wake kwa ule wa Mungu.Ni Mchungaji mwema, kupitia kwa shida na ushindi wa maisha yake Mungu amekuwa mchungaji mzuri wa maisha yake.kuelewa upendo wa Mungu katika kila hali pia ilimfanya daudi kuwa mchungaji mwema kwa watu wake alipokuwa kiongozi wa Taifa.Tukimkubali Mungu kutupenda na kutuchunga,sisi pia tutajifunza kuwa wachungaji wema.

HEBU TUSOME ZABURI 23.

23 Bwana ndiye mchungaji wangu; Sitataka. 2 hunilaza katika malisho mabichi, huniongoza kando ya maji yenye utulivu. 3 Hurejesha nafsi yangu; huniongoza katika mapito ya haki kwa ajili ya jina lake. 4 Ndio, hata nitembee kati ya bonde la uvuli wa mauti, sitaogopa mabaya; kwa maana wewe u pamoja nami; fimbo yako na fimbo yako hunifariji. 5 Unanitayarishia meza mbele ya adui zangu; umenipaka mafuta kichwa changu; kikombe changu kinapita. 6 Hakika wema na rehema vitanifuata siku zote za maisha yangu, nami nitakaa katika nyumba ya Bwana milele.

. . .

Daudi aliandika hii "Zaburi ya Mchungaji" kutuonyesha jinsi Mchungaji Mzuri alivyo kweli. Omba sasa ili Mungu akujaze na Roho wake na akufanye Mchungaji mzuri wa kundi lake kwa sababu siku moja sisi sote tutasimama mbele Yake kwa yale tuliyoyasema na kuyatenda na kwa jinsi ambavyo tumewajali wadogo wa hawa ndugu zetu.

HAKIKI: WACHUNGAJI NA KONDOO

Maswali ya kujadili.

Kwa maneno yako mwenyewe, jadili maneno yafuatayo kwa kitbu cha 1Petero, 5. kinachotuletea kwelewa mchungaji mwema ni yupi:
1. Si kwaa lazima lakini kwa kujitolea.
2. Kwa ajili ya upendo wa Mungu.
3. si kwa ajili ya manufaa yetu tena.
4. Yenye Hamu.
5. kutokuwawekea kila kitu.
6. Kuwa mfano wa kondoo.
7. Pokea taji la ufalme la adhama.

Pitia Maswali.

1. Katika kitabu cha Ezekieli 34 Mungu anaongea kupitia kwa nabii kuhusu wanabii ambao hawahudumii kondoo zao vyema. **Chagua** njia 6 ambayo unaweza kupata katika sura hii ambayo hawaakuwa wakifanya vizuri.
   a. Walikuwa wakijilisha wenyewe badala ya kondoo
   b. Kunenepa badala ya kulisha kondoo
   c. Kujivalisha wenyewe na manyoya

d. Kuweka kondoo pamoja.

e. Kutokujali wangonjwa.

f. Kulinda kondoo

g. Kutokuleta kondoo waliopotea.

h. Kufundisha kondoo kwa uvumilivu.

i. Kutfuta upendo wa Bwana kwa ajili ya kondoo

j. Kuongoza kwa mfano wao

k. Kuwatawala na nguvu za ukali.

l. Kuhubiri uponyaji kwa wangonjwa.

1. Katika kitabu cha yokan 10:6 Yesu anaeleza kuwa kondoo ni wana wa Israeli pekee.

   a. ukweli

   b. uwongo.

2. Yesu alipokutana na Yesu karibu na maji baada ya kumkanya alimuuliza swali mara tatu

   a. petero "unanipenda?"

   b. Je? Utavua watu?

   c. Utaongoza wtu wngu?

   d. Utauza kila kitu ulichonacho na unifuate?

4. Yesu aliambai Petero afanye nini? Mara tatu akirudiarudia swali moja.

   a. eka pamoja wanafunzi kila mara

   b. Vua wakati wa mchana

   c. Lisha kodoo wangu.

5. Kulingana na petero, uchungaji upya uliwekwa ambayo ilikuwa kma ile ya Yesu na upendo wake.

   a. ukweli

   b. uwongo.

6. Tukiangalia kuhusu 1 Petero 5:1-4 **chagua** njia 6 ambazo Petero aliwahimiza viongozi kuongoza kondoo zake.

a. Si kwa lazima ila ni kujitakia
b. Kuwatawala na nguvu
c. Kuchukua kondoo pekee
d. kulingana na upendo wa Mungu.
e. Tawanya kondoo wko tena.
f. wafanye wafanye vitu ambavyo hata wewe mwenyewe hungeweza kufanya.
g. yenye hmu zaidi.
h. kutokuwpa vizito mno.
i. kuwa mfano kwa kondoo.
J kuwalinda kwa ukali.
Kupoke taji la ufalme la adhama.

8. Ni ahadi gani tunayoipata katika kitabu cha 1 Petero 5:4 ya wachunngaji waaminifu wanaofuata kuhimizwa?

a. Kuwa na makanisa mengi mjini.
b. Kanisa ikuwe pamoja na mashujaa.
c. Utapata taji la ufalme akirudi
d. Pesa zako zikuwa kwa miujiza.

CHAPTER 8

IMANI INAFANYA KAZI MOJA KWA MOJA NA UPENDO

Maombi ya kufungua.
Baba, tunakusifu. Tunakushukuru, kwa uwepo wako uliotakaswa. Tunakushukuru, kwa kutuheshimu na uwepo wako. Tunakushukuru, kwa kutuheshimu Bwana, kuwa watumishi Wako kukutii. Leo, Yesu, zungumza na mioyo yetu. Fanya wazi Neno mbele yetu ili tuweze kuliandika moyoni mwetu, ili tusije tukakutenda dhambi. Kwa Neno Hai, asante Yesu. Wabariki watu hawa Yesu kwa baraka zako tajiri. Ee, Mungu.
Unajua kila hitaji na Wewe ndiye Unayeweza kukidhi mahitaji hayo. Tunakushukuru Bwana Yesu. Baba, tunakushukuru kwa Neno la Mungu. Tunakushukuru sasa kwa kile Unachofanya katika kila maisha yetu. Kututayarisha kutumwa na Wewe popote Unapochagua tuende. Tunakushukuru, Yesu. Bwana, wacha Neno hili liwe vile unavyotaka liwe kwa kila mmoja wetu na tunakutukuza jina lako na kukupa utukufu kwa jina la Yesu. Amina.

. . .

I. Kwetu Sisi Kwa Roho Tunangojea Tumaini la Haki kwa Imani

Wacha tuangalie Wagalatia sura ya 5. Nadhani sura hii ni muhimu sana kwa kila maisha yetu. Bwana alizungumza nami saa za asubuhi kuhusu hilo.

1. Basi simameni imara katika uhuru ambao Kristo ametufanya huru, wala msifungwe tena na nira ya utumwa.

2. Tazama, mimi Paulo nakuambia, ya kwamba mkitahiriwa, Kristo hatafaidika chochote.

3. Kwa maana ninashuhudia tena kwa kila mtu anayetahiriwa, kwamba yeye ni mdeni wa kutekeleza sheria yote.

4. Kristo amekamilika kwenu, ninyi nyote mnaohesabiwa haki kwa sheria; mmeanguka kutoka kwa neema.

5. Kwa maana sisi kwa Roho tunangojea tumaini la haki kwa imani.

6. Kwa maana katika Yesu Kristo kutahiriwa au kutotahiriwa hakufai kitu; bali imani itendayo kazi kwa upendo.

7. Mlikimbia vizuri; ni nani aliyekuzuia hata usitii ukweli?

8. Ushawishi huu hautokani na yeye anayekuita.

9. Chachu kidogo huchachusha donge lote.

10. Nina imani na wewe katika Bwana, ya kuwa hamtakuwa na nia nyingine; lakini yeye atakayewasumbua atachukua hukumu yake, hata awe mtu gani.

11. Nami, ndugu, ikiwa bado nahubiri kutahiri, kwa nini bado ninateswa? Ndipo kosa la msalaba limekoma.

12. Laiti wangekatwa ambao unakusumbua.

13. Kwa maana, ndugu, mmeitwa kwa uhuru; usitumie uhuru kuwa nafasi ya mwili, bali kwa upendo tumianeni.

14. Kwa maana torati yote imetimizwa katika neno moja, hata katika neno hili; Mpende jirani yako kama nafsi yako.

15. Lakini mkiumiana na kulaana, jihadharini msiangamane.

16. Basi nasema hivi, nendeni kwa Roho, wala hamtatimiza tamaa za mwili.

17. Kwa maana mwili hutamani kupingana na Roho, na Roho kushindana na mwili;

18. Lakini ikiwa mkiongozwa na Roho, hamko chini ya sheria.

19. Sasa matendo ya mwili ni dhahiri, ambayo ni haya; uzinzi, uasherati, uchafu, ufisadi,

20. Kuabudu sanamu, uchawi, chuki, ugomvi, vituko, ghadhabu, ugomvi, fitna, uzushi,

21. Wivu, mauaji, ulevi, tafrija, na mambo kama hayo. kama vile nilivyokwambia hapo zamani, kwamba wale wanaofanya mambo kama hayo hawatarithi ufalme wa Mungu.

22. Lakini tunda la Roho ni upendo, furaha, amani, uvumilivu, upole, wema, imani,

23. upole, kiasi; dhidi ya hizo hakuna sheria.

24. Na hao walio wa Kristo wameusulubisha mwili pamoja na tamaa na tamaa zake.

25. Ikiwa tunaishi kwa Roho, na tuenende pia kwa Roho.

26. Tusitamani utukufu wa bure, tukichocheana na kuoneana wivu.

JE! HILO SIO NENO LENYE NGUVU?

"Kwa maana sisi kwa Roho tunangojea tumaini la haki kwa imani." (Gal. 5: 5) Tumefanywa wenye haki katika Kristo na haki yake. Kuna neno moja kidogo hapa. Umeipata? **Upendo.**

Wakati mwingine kwa jinsi tunavyotenda sisi kwa sisi hatungejua kwamba tunapendana. Ninamsifu Bwana kwa upendo wa Mungu. Mungu anabadilisha maisha yetu kwa sababu tuna upendo wake, pia tuna mambo mengi bado katika maisha yetu ambayo yanapambana na upendo wake. Je! Hii sio kweli? Kwa hivyo ni nini kinapaswa kutokea hapa? Kitu kinapaswa kubadilika. Upendo wake hautabadilika kwa hivyo lazima tubadilike. Tunapaswa kumruhusu atubadilishe. Sasa, najua kama mwanadamu sisi ni nyeti sana. Ikiwa tuko katika mwili sisi ni nyeti zaidi, na tunatafuta shida, tunaipata. Unaipata hata kati ya wale wanaokupenda kwa sababu hatujatoka msituni wenyewe.

KILE ANACHOSEMA PAULO NI WAZI KABISA. KWANZA KABISA kuna njia moja tu ambayo upendo wetu utaenda kufanya kazi na imani yake inafanya kazi ndani yetu. Anazungumza juu ya "bila matendo", imani yetu sio nzuri kwetu. Sasa, kuna "kazi" nyingi ulimwenguni leo na ni kwa "imani" lakini sio kwa imani. Wanaiita imani lakini wanapanga kila kitu na hakuna nafasi kwa Mungu kupanga chochote. Wanaita kazi zao "kwa imani." Lakini Mungu ana njia kwa Roho wake kwamba anataka kutuongoza, sio chini ya sheria, lakini kwa neema.

SASA NADHANI NEEMA HIYO INAVUMILIA, SIVYO? Sio kama sheria. Wakati mwingine tunapata kama sheria sio na je, hatupinde mwelekeo wowote? Tunapata "hii ndio njia", unajua? Lakini neema huja na kusema, "Wacha tuionee huruma." Halafu tunajifunza sio kila mtu yuko katika kiwango sawa cha kiroho kama sisi.

KWA HIVYO MUNGU NI MWEMA. HATUPIMI NA SISI WENYEWE au sisi kwa sisi. Anatupima kwa nuru yake. Tunatembea katika nuru Yake, sio katika taa zetu, hutembei katika nuru yangu, Sitembei katika nuru yako, ninatembea katika nuru ya Bwana. Anakupa halafu lazima utembee ndani yake. Kuna mambo kadhaa ambayo tunahitaji kufanya tunapotembea na Yesu. Alisema ikiwa tunaishi katika roho, basi ni lazima tuenende kwa Roho na wakati mwingine nyama zetu zinaingia katika njia. Tunachanganyikiwa. Bwana yuko wazi hapa, ni nini kilicho cha Roho na kisicho cha Roho. Ikiwa tutafika katika eneo hili dogo ambalo sio la Roho Wake, tunahitaji kulitambua mara moja na kufanya kitu juu yake.

ALISEMA IKIWA TUNAONGOZWA NA ROHO, TUKO CHINI YA neema, hatuko chini ya sheria. Tunapaswa kukumbuka kuwa hatuko chini ya sheria. Labda kaka na dada yetu hawaoni vitu sawasawa na vile tunaona lakini kumbuka, hawatembei katika nuru yako, wanatembea katika nuru yake ambayo amewapa. Sasa kumbuka tunapokuja kwa

Yesu, Yeye hubadilisha maisha yetu. Anatuleta kwenye ufalme wake. Ndani Yake kuna uzima na wakati tunamruhusu aingie maishani mwetu, na tunasamehewa dhambi zetu basi kitu hufanyika ndani yetu.

TUKO KATIKA UFALME MPYA. HATUKO CHINI YA SHERIA LAKINI tuko chini ya neema na neema imejaa kwa ajili yetu. **Tunapaswa kuwa waangalifu kwamba hatujaribu kumvuta mtu mwingine kwa njia tunayotaka waende lakini tunawaelekeza kwa Kristo.** Kwa Kristo wake ndani yetu hiyo ndiyo tumaini la utukufu. Sio jinsi mtu anafikiria juu yake, sio jinsi tunavyofikiria juu yake, lakini ni Yesu ndani yetu.

Yeye ndiye huleta Roho wake na kusababisha sisi kutembea katika Roho yake. Tunapotembea katika Roho wake neno linasema hatutimizi mambo ya mwili. Tunahitaji kutambua kwamba Yeye anasema mambo mawili. Anasema matendo ya mwili ni kitu kimoja lakini tunda la Roho ni upendo. **Mungu anasema nasi, ondoka mbali, kwa kadiri uwezavyo kutoka kwenye kazi za mwili**; nenda moja kwa moja msalabani na wewe uende kwa Yesu. Katika moyo wako lazima uwe na dhamira ya kwamba utajitenga na mwili huo. Hautakubali mwili utawale lakini unatangulia mbele ya msalaba, utampa Yesu na umeamua unataka kuwa huru. Sasa alisema, "usitumie uhuru huo kama tukio la mwili" na wakati mwingine tunafanya hivyo, lakini Mungu atazungumza nasi juu yake.

. . .

II Sheria Ya Roho Mtakatifu Ya Uhai Katika Yesu Kristo.

Alisema ikiwa tunaongozwa na Roho, tuko chini ya sheria mpya. Sheria hiyo ambayo tunayo kwa Roho wa Mungu chini ya neema ni sheria ya Roho wa uzima katika Kristo Yesu. Imetuweka huru kutoka kwa sheria ya dhambi na mauti. Wakristo wengi bado wanaishi chini ya sheria ya dhambi na mauti. Hawatambui kuwa kuna sheria mpya inayofanya kazi ndani yao na wanahitaji kumruhusu Yesu atunze mambo ambayo yanahitaji kufanywa. Tunayo sheria mpya ndani yetu na sheria hiyo ni sheria ya Roho wa Uzima katika Kristo Yesu. Sasa na sheria hii kuna matunda yanayotokana na uhusiano huu mpya ambao tunayo na Yesu. Matunda ya sheria ya uzima ni upendo wa Mungu, furaha ya Mungu, amani yake, uvumilivu wake, upole, wema, imani, upole, kiasi, dhidi ya vile hakuna sheria.

Kumbuka kwamba, hakuna sheria dhidi yake. Kuna sheria dhidi ya kazi za mwili. Ikiwa tutatoka huko tukifanya kazi za mwili, tunawajibika kuishia gerezani lakini sio na sheria ya Roho wa Uzima. Tuko huru kutoka kwa sheria ya dhambi na mauti. Hatuko chini ya sheria hiyo. Hatuko huko nje tukitenda dhambi kama vile ulimwengu hufanya lakini tunapaswa kukumbuka kuwa kuna njia ambayo tunapaswa kutembea. Tunapaswa kutembea katika roho.

Kuna mambo ambayo Bwana anapaswa kufanya. Ukombozi mwingi lazima uje kwetu, sivyo? Tunapaswa kuwekwa huru kutoka kwa sheria ya zamani ya dhambi na mauti. Sasa wakati tunabatizwa kwa maji; biblia inasema mzee amezikwa. Je! Hiyo haifurahishi?

Nililelewa Mnazareti na ilibidi upigane na mzee huyo siku zote za maisha yako. Lakini siku moja Bwana alinionyesha haikuwa kweli. Ilikuwa ni nguvu sana jinsi alivyonionyesha. Nilikuwa nikihudumu juu ya ubatizo wa maji na ghafla, Bwana alinipeleka katika eneo ambalo sikujua chochote juu yake. Mkutano ulidumu masaa mawili kamili. Alinipeleka ndani ya kaburi lenye maji pamoja Naye na alinionyesha maana ya kubatizwa kwa maji katika kifo chake.

Tunambeba mzee hapo hapo; tunamzika na yeye sio sehemu yetu tena. Ndipo tunagundua tunakuja kiumbe kipya, kiumbe kipya na maisha mapya ndani yetu na mambo ya zamani hupita. Sheria imetimizwa lakini neema huja pale pamoja nasi. Kama Bwana alinipa uzoefu huu, alinishusha; Alichukua funguo mbali na Shetani na kunipa. Ilikuwa wakati mzuri. Utukufu na uwepo wa Bwana ulijaza sebule alipoanza kufunua neno Lake kama ilivyokuwa, kama ilivyo kwetu leo.

Sio lazima tupambane na mzee wa dhambi, tunapaswa kumwondoa kwa ubatizo wa maji. Mpe Yesu na Yeye azike huko chini. Unaona, hatuwezi kupata msamaha kwa sababu hatukuitenda. Tunaweza kuchukua mzee wa dhambi na kumzika. Wajibu basi ni wetu, hatuwezi kumlaumu mtu wa zamani wa dhambi.

Baada ya ubatizo wa maji ikiwa kuna vitu maishani mwetu, lazima tukumbuke tunawajibika kuzitoa na kuziondoa. Mtu mzee... asili ya dhambi imekufa na imezikwa kwa hivyo hatuwezi kumlaumu tena. Wakristo wanalaumu asili ya zamani ya dhambi ikiwa watafanya kitu kibaya lakini haifanyi kazi kwa sababu neno linasema kuwa asili ya dhambi imekufa na imezikwa kwa njia ya ubatizo wa maji na sasa unawajibika na utalazimika kusimama mbele za Mungu.

III. Ikiwa Tunatembea Katika Roho Halafu Tunatembea Katika Upendo Wake

Mungu alisema hapa nina matembezi mapya kwako, ni kutembea katika Roho. Ikiwa unaishi katika Roho basi unatembea kwa Roho. Ni nini hufanyika kwa watu wengi? Hawatambui kile Yesu amewatendea. Wanazunguka wakiwa wamebeba haya yote na wanafikiria lazima kwa sababu mzee yuko hapo na hakuna kitu tunaweza kufanya juu yake. Lakini hii sio kweli, hayupo. Kwa hivyo tunawajibika kuiondoa sisi wenyewe. Ikiwa tunapata hangovers ya maisha ya zamani basi ni bora tuyakate na kusema "Bwana, siwataki... Nataka kutembea kwa Roho, nataka kuishi katika Roho, nataka Roho wa Bwana kuwa na njia yake ndani yangu."

Ikiwa tunatembea kwa Roho basi tunatembea katika upendo Wake kwa sababu tunda la Roho Wake ni upendo. Unajua unapomjia Yesu jinsi unavyojisikia umejaa upendo? Upendo huo ni mkubwa sana unapogeuza maisha yako kwake kisha furaha Yake, na amani Yake inakujia. Una maisha mapya. Wewe ni kiumbe kipya katika Kristo Yesu.

BASI WACHA TUONE NI KWA KASI GANI TUNAWEZA KUONDOA KAZI ZA MWILI. Watu hufanya makosa na labda hawazungumzi na wewe kwa njia inayostahili lakini wanapaswa kumjibu Mungu kwa hilo, sio wewe. Lakini njia unayochukua? Utalazimika kumjibu Mungu kwa hilo. Tunapaswa kuwa waangalifu kwamba hatuathiriwi na watu. Sisi sote ni wanadamu na sote tunajifunza jinsi ya kutembea katika Roho. Hatutaki kuchafuliwa na kazi za wanadamu, tunataka kuwa huru katika upendo wa Mungu na kujua kwamba Yesu alitoa upendo huo kwako kwa Roho wake ili upendo wake safi uweze kutiririka na uweze kuwa huru. **Upendo wa Mungu ni jibu.**

Wakati mwingine tunajishughulisha, tunasahau kuwa asili na ya kiroho lazima yatiririke pamoja au tunagongana, sivyo? Kuna nini leo katika ulimwengu wa Ukristo? Tulipata kiroho sana hata tukasahau asili. Mungu alisema tunapaswa kuleta kiroho kwa asili ili asili iwe ya kiroho na ya kiroho iwe ya asili. Hapo tu, ndipo tunapoweza kutiririka pamoja bila kugongana. Tunatiririka pamoja kwa sababu tuko katika Roho wa Mungu. Mafunzo muhimu zaidi ni kutufundisha kutiririka kwa Roho wa Mungu.

Bwana alinambia hivi, "ikiwa utawaambia tuombe chakula hiki na watu wanaopokea basi Mungu atafanya kazi nao. Watajua. Hautataka kulala kidogo kwa sababu nguvu na furaha ya Mungu itakuwa pamoja nawe. Unapowaombea upendo wa Mungu unawaendea.

Je! Ulijua kwamba ikiwa mtu hana mtu wa kumwombea Mungu hawezi kumwokoa? Unajua kwanini? Kwa sababu

Mungu lazima aulizwe kuwaokoa. Lazima kuwe na mtu anayejali vya kutosha kuwaombea kwa sababu Mungu hatatoka nje na kumlazimisha mtu yeyote aje kwake. Mtu anapaswa kujali vya kutosha kuwa mwombezi ambaye atawavuta kwa Mungu.

IV. Mungu Anatuita Tufundishwe Na Roho Mtakatifu.

Tunaishi katika wakati mzuri. Tunaishi katika wakati ambapo mkusanyiko wa mataifa unakuja mbele za Mungu. Tunapaswa kuwa waaminifu katika kuleta injili hii ya ufalme wa Yesu Kristo kwa mataifa ya ulimwengu. Kuna ulimwengu huko nje katika Dhehebu, Uislamu, Uhindu, Ubudha, Ukanaji Mungu na hawamjui Yesu. Hii ndio siku ambayo Bwana anamimina Roho Wake. Hii ndio siku ambayo Yeye hutufundisha mtiririko wa Roho wake, akitujaza upendo wake kwa sababu upendo huo ndio utakaobadilisha maisha ya watu.

Mungu anatuita tufunzwe na Roho Wake ili kwamba tunapotoka huko upendo wa Mungu utawavuta. **Amani ya Mungu, furaha yake, haki yake iko kwa kuwavuta kwake. Ulimwengu unatafuta upendo wa Mungu.** Asubuhi hii ninahisi upendo huo sana. Bwana anasema tuishi kwa Roho na tuenende kwa roho. Onyesha upendo wake, amani yake, furaha yake, uvumilivu, upole, wema na imani, upole, kiasi. Hii napenda sana; hawawezi kukukamata kwa hilo. Hakuna sheria dhidi yake. Hawawezi kuichukua kutoka kwako… kwa hivyo tembea ndani yake.

Ni nguvu sana kile Mungu anafanya. Lazima sote tufundishwe na Roho wa Bwana. Kadiri tunavyoruhusu Mungu kutufundisha katika vitu vidogo, ndivyo atakavyotupatia kazi kubwa za kufanya. Najua tunafikiri tuko tayari kwenda nje lakini bado hatujawa tayari. Tunafikiri tuko. Labda tunalazimika kung'oa viazi chache zaidi, au kusugua sakafu kadhaa au kuosha vyombo kadhaa. Chochote ni kwamba Mungu anakufundisha kukuandaa, la muhimu zaidi ni kumwaga ya zamani na kuruhusu upendo wa Mungu kuja ndani yetu. Hatutakuwa na wivu na kuoneana wivu, wala hatutauma na kulaana lakini tunapaswa kutembea katika upendo Wake.

Inaonekana kama kila baada ya muda, tunahitaji kukumbuka kuwa Yesu anatupenda. Lakini upendo huu anaotupatia sio wetu. Ni ya nini? Ikiwa tunaiweka, sio nzuri kwetu. Je! Tunapaswa kufanya nini? Kutoa. Je! Tunatoaje? Kwa kwenda kanisani Jumapili? Hapana. Kuna njia moja tu, kupitia fadhili za kindugu. Ikiwa una ndugu anayehitaji, huduma hii ni mfano mzuri wa upendo wa Mungu. Sasa hatukuifanya, Mungu alifanya hivyo.

Leo, mambo makubwa na yenye nguvu yanatokea na tunayo sehemu yake. Una sehemu ndani yake. Mungu hakukuita hapa uwe hapa tu. Alikuita kufanya kila anachohitaji kufanya, alikuita kukujaza upendo na huruma yake,

V. Tuko Chini ya Sheria Mpya, Sheria Ya Upendo Wake

Tuko chini ya sheria mpya, sheria ya upendo wake - maisha mapya katika Kristo Yesu. Nadhani asubuhi ya leo tunahitaji kuishikilia. Wakati mwingine tumejifunga sana hadi tunakosa. Mungu anataka tuangalie zaidi ya sisi wenyewe. Unajua shetani aliniambia wakati mmoja, "Utawezaje kuwahudumia watu, angalia maisha yako." Nikasema, "Ninaifahamu sana Shetani." Niliinuka katikati ya sakafu na nikamkanyaga miguu yangu na nikasema, "Ibilisi, nitamtii Bwana, nitahudumia watu na Mungu atanitunza!" Hakuwahi kunisumbua tena nayo kwa sababu jambo moja alijua hakika, nilimaanisha biashara na hangekuwa ananizuia. Alijua sikuwa nikimsikiliza. Nilichukua msimamo. Nilichukua msimamo na nilimaanisha kila neno lake.

SASA TUNAWEZA KUAZIMIA KUMRUHUSU MUNGU atufundishe kutiririka kwa Roho wake na kwa upendo wake na kuleta upendo huo ulimwenguni. Sio jinsi tunavyoshughulikia, ni jinsi tunavyomruhusu, atafanya hivyo. Amina. Tunaweza kutumia saikolojia yetu au falsafa lakini haitafanya kazi. Njia pekee itakayofanya kazi ni upendo wake. **Upendo wa Mungu utaifanya.**

MUNGU ANAPASWA KUTUKAMILISHA KATIKA UPENDO HUO KWA sababu tunapomwendea kwa moyo wetu wote na tunampa maisha yetu yote basi kitu kinatutokea. Tunakuja chini ya sheria mpya. Siku moja nilikuwa nikifundisha na mara moja aya hiyo ya pili ilinirukia na sikuwahi kuiona kama hii hapo awali.

. . .

1. Kwa hiyo sasa hakuna hukumu kwa wale walio katika Kristo Yesu, ambao hawaendi kwa kufuata mwili, bali kwa kufuata Roho.

2. Kwa maana sheria ya Roho wa uzima katika Kristo Yesu imeniweka huru kutoka kwa sheria ya dhambi na mauti. (Warumi 8: 1-2) Ametuweka huru. Ilinirukia, baada ya miaka na miaka ya kusoma neno hili na ilinishika. Nikasema, "Asante Yesu. Hatuko chini ya sheria ya dhambi na mauti tuko chini ya sheria mpya ya Roho wa uzima katika Kristo Yesu. " Upendo wake ndani yetu tunapotembea kwa Roho, tunatimiza mambo ya roho.

IV. Ni kupitia Upole tu wa kindugu Ndio Ulimwengu Unaweza Kujua Upendo Wake

Mungu ametupa mengi na anataka kutuandaa, ili tutembee katika kweli, tuishi katika ukweli, tutii ukweli na ukweli utatuweka huru. **Tunataka kiasi gani kutoka kwake?** Tunataka kutembea kwa Roho wake kwa kiasi gani?

Napenda kupendekeza usome hii leo ikiwa una dakika. Acha ipenye ndani yako. Kisha pata uamuzi kwamba hautatembea katika mwili lakini utatembea kwa Roho ili Bwana akutumie kuhudumia upendo Wake kwa ulimwengu huko nje. Ni ya kweli, ni ya nguvu, na ni nzuri. Tunapaswa kujitolea kwake. Ikiwa tunatoa yote yetu kwake, Yeye hutoa yake yote kwetu. Ni juu yetu. Msifu Mungu kwa upendo wake, kwa utoaji mzuri wa upendo huo ambao tunapaswa kuipatia, lazima tushiriki. Ni ajabu sana utoaji ambao Mungu ametufanyia ndani.

Kuna andiko katika II Petero ambalo linatuambia juu ya jinsi anavyosindika maisha yetu kuleta upendo wake maishani mwetu. Usindikaji huo unatuleta katika utauwa, na baada ya utauwa hutuleta katika fadhili za kindugu, na baada ya wema wa kindugu Yeye hutuingiza katika upendo Wake. Mabadiliko ya maisha yetu. Nikasema "Bwana, kwa nini wema wa kindugu umetajwa hapa?"

ALISEMA, "NI KWA FADHILI ZA KINDUGU TU NDIO ULIMWENGU UNAWEZA KUJUA UPENDO WAKE." Isaya 58 ni onyesho la ufalme wa Mungu na upendo wake. Anapotupa ufunuo, hubadilisha maisha yetu. Kupitia udhihirisho huu wa upendo wa Mungu, wanaume na wanawake humjia Mungu. Sio kile tunachofanya; ni kile Yeye hufanya kupitia mabadiliko ya maisha yetu. Je! Tuko tayari kumruhusu afanye hivyo au tutaruhusu mwili wetu utoke na kuzuia? Ikiwa tutaruhusu mwili wetu ufe na kumruhusu abadilishe maisha yetu basi tutaona mambo ya kushangaza yakitokea, mambo ambayo hatujawahi kuona katika maisha yetu yote. Mungu anafunua mambo makuu katika saa hii kubadilisha maisha ya umati. Ni vitu rahisi. Sio mambo mazuri ambayo tungedhani. Ni vitu ambavyo hatungefikiria kamwe kuwa Mungu anatumia kubadilisha maisha. Vitu rahisi, maneno rahisi ambayo angesema ambayo hatutafikiria, Mungu analeta kupitia watu kuwaweka wengine huru. Mungu anafunua mambo makuu katika saa hii kubadilisha maisha ya umati. Ni vitu rahisi. Sio mambo mazuri ambayo tungedhani. Ni vitu ambavyo hatungefikiria kamwe kuwa Mungu anatumia kubadilisha maisha. Vitu rahisi, maneno rahisi ambayo angesema ambayo hatutafikiria, Mungu analeta kupitia watu kuwaweka wengine huru. Mungu anafunua mambo makuu katika saa hii kubadilisha maisha ya umati. Ni vitu rahisi. Sio mambo mazuri ambayo tungedhani. **Ni vitu ambavyo hatungefikiria kamwe kuwa Mungu anatumia kubadilisha maisha.** Vitu rahisi, maneno rahisi ambayo angesema ambayo hatungefikiria, Mungu analeta kupitia watu kuwaweka wengine huru.

VII Atafurahi Juu Yako Kwa Kuimba

Ni Mungu gani mwenye nguvu tunayemtumikia! Bwana Mungu wako aliye katikati yako ni hodari. Ataokoa, Atakufurahi kwa furaha. Atakaa katika upendo wake na atakufurahi na nini? Kuimba! (Sefania 3:17)

Je! Ungependa Bwana akuimbie? Nilishtuka sana huku nikisoma andiko hilo na nikasema "Mungu, kwamba ungeniimbia?" Tunazungumza juu ya kumwimbia lakini anataka kutuimbia.

Nilikuwa napitia uzoefu, kwa kweli, nilikuwa nikifa hospitalini wakati Bwana alinipa andiko hilo. Madaktari waliponitoa, Bwana alinipa andiko hilo. Inashangaza kujua

Mungu anakuimbia. Anakupenda sana kwa sababu unampenda, kwa sababu unamtii, Anataka kukuimbia na kukujulisha ni jinsi gani anakupenda. Madaktari walinitoa na shetani alikuja kunyakua maisha yangu. Kila wakati alipokuja kunyakua maisha yangu, Bwana alinipa andiko hilo. Bwana Mungu wako katikati yako ni hodari. Alinipa aya nzima sio tu sehemu yake ya kwanza, bali yote. Nilitambua kwamba alikuwa na nguvu juu ya shetani na kwamba haikuwa wakati wangu wa kwenda, aliniletea uhai tena mwilini mwangu. Mungu anataka sisi tumkaribie ili aweze kuonyesha upendo wake kwetu. Hatustahili, lakini hatuendi kwa ustahili wetu, tunaendelea na upendo wake. Hiyo ni fursa yetu kumruhusu Bwana atujaze upendo wake. Mungu anataka sisi tumkaribie ili aweze kuonyesha upendo wake kwetu. Hatustahili, **lakini hatuendi kwa ustahili wetu, tunaendelea na upendo wake**. Hiyo ni fursa yetu kumruhusu Bwana atujaze upendo wake.

Maombi Ya Hitimisho

Baba, tunakushukuru. Tunakushukuru kwa upendo wako, Yesu. Tunakushukuru kwa Roho wa Mungu. Bwana tunaomba kwamba hata leo umeangazia ufahamu wetu ili tusogee karibu kidogo na kukuruhusu uondoe kazi za mwili maishani mwetu. Ili tuweze kuwa nuru kwa wengine na wapate kujua kwamba unawapenda.

Tunakushukuru kwa Neno Hai. Tunakushukuru kwa neno lililoandikwa. Tunakushukuru Yesu kwamba uliweka upendo wako ndani yetu kwa Roho wako ili tupate kutembea ndani yake, kuishi ndani yake, kusonga ndani yake na Bwana kupitia upendo wako wengine wamepatikana kwako. Tunakupa utukufu. Bwana hebu baraka zako zije kwa kila mmoja wetu, zitufanye tutamani kujazwa na upendo wako, huruma, upole wako na fadhili zako.

TUNAOMBA HII KWA JINA LAKO LA AJABU YESU NA KWA UTUKUFU WAKO. **Amina.**

Ujumbe wa Mchungaji Agnes I. Numer

HAKIKI: IMANI INAFANYA KUPITIA UPENDO

1. "Katika …………Kristo alituandika huru; kwa hiyo simameni, wala msinaswe tena chini ya ukongwa la utumwa.(wagalati 5: 1)

2. Tumetengenezwa ………….. katika Yesu.

3. A……………. haiendi kubadilika kwa hivyo tunafaa tubadilike.

4. Mungu ana njia na Roho wake ambamo anataka tupitie si kwa………….bali kwa neema yake.

5. Tunapotembea kwa Roho wake neno linasema kuwa hatutimizi vitu vya…………….

6. Moyoni mwako unafaa uwe na …………..kuwa utajitenga na mwili.

7. Tuko na sheri mpya ndani yetu na hiyo sheria ni sheria ya Roho ya uhai katika…………….

8. Tukiwa ………...Bibilia inasema kuwa mtu wa kale huzikwa.

9. Tunarudi kiumbe……….uumbaji mpya na maisha mapya na vitu vya kale vipite.

10 Ukiishi kwa Roho, u……….Kwa Roho

11. Mungu alisema tunafaa tuleta vitu vya Kiroho kwa kimwili na kimwili kwa …………..

12. Upendo wa Mungu ndio ambao uta……………maisha ya watu.

13. Ana ……….tutiririke kwa Roho wake.

Ukweli Au Uongo.

14 ……Upendo ambao Mungu anatupatia na wetu pekee yetu.

15. ….. Mungu anataka tuangalie zaidi ya sisi.

16. ………Tunapotembea kwa mwili, Tunatimiza mambo ya kiroho.

17. …………. Inaonyesha Ufalme wa Mbiguni wa Mungu na Upendo wake.

 a. Ufunuo 1
 b. Mako 2
 c. Hukumu

18. Si kwa ajili ya vile tunavyofanya, ni kwa ajili ya vile ……………ndani yetu.

 a, ukombozi.
 b. ubadilishaji
 c. hukumu.

19. Bwana, Mungu wako, Yu katikati yako shujaa awezaye kuokoa………….Atakushangilia kwa furaha kuu, atakutuliza katika upendo wake, atakufurahia kwa kuimba. (sefania 3:17)

 20. Anatubadilisha ili tuwe;

a. nuru
b. mfuasi
c. furaha.

CHAPTER 9
LAINI

Laini-Ni Wakati Wa Kufanya Uamuzi- Sote Tuko Na chaguo.

Tunakushukuru Mungu kwa mamlaka yako na upendo. Asante kwa kuondoa hatia huruma wako Bwana mwenye dhamani. Tunakushukuru kuweka mioyoni mwetu ufundishaj.Asannte kwa sababu vinavyo shikilia misingi madhubuti vinaenda nguvu za jehanamu zinaenda.Tunafaa tutengeneze mshororo hadi kwa neno la Mungu, lililojazwa na upendo wako na huruma.Bwana ulituleta hapa kutufundisha, sisi ni wako.Hatutakubali roho wa uasi kutuongoza. Kwa hivyo Bwana, NINAKUSHUKURU kuchukua mamlaka juu ya kila motto, mwanamke na mwanaume.Tunakupa adhama kwa jina lako kuu Yesu. Amina.

Hebu tusome zaburi 4-7

Zaburi 4: 1 Ee Mungu wa haki yangu, unisikilize nilipokuita, umenipanua wakati wa shida; unirehemu, na usikie maombi yangu.

Zaburi 5: 1 Ee BWANA, sikiliza maneno yangu, Utazame tafakari yangu. 2 Sikiza sauti ya kilio changu,

Mfalme wangu, na Mungu wangu; kwa maana nitakuomba. 3 Ee Bwana, utasikiliza sauti yangu asubuhi; asubuhi nitakuelekeza [sala yangu] kwako, nami nitatazama juu.

ZABURI 6: 1 EE BWANA, USINIKEMEE KWA HASIRA YAKO, WALA usiniadhibu kwa ghadhabu yako. 2 Ee Bwana, unirehemu; kwa kuwa mimi ni dhaifu. Ee Bwana, niponye; kwa maana mifupa yangu ina uchungu 8 ondokeni kwangu, ninyi nyote mtendao maovu; kwa kuwa BWANA ameisikia sauti ya kulia kwangu. 9 Bwana amesikia ombi langu; BWANA atapokea maombi yangu. 10 Adui zangu wote na wataaibika na kufadhaika sana.

ZABURI 7: 1 EE BWANA, MUNGU WANGU, NINAKUTUMAINI wewe; uniokoe na hao wote wanaonitesa, na kuniokoa: 8 Bwana atawahukumu watu; kulingana na utimilifu wangu ulio ndani yangu. Bwana asifiwe.

KWANZA LAZIMA TUMWITE. TUNAMWOMBA ATUKUZE NA kutuhurumia na asikie maombi yetu. Mungu anatuambia nini cha kufanya ili tuweze kumsikia. Mara nyingi tunajiuliza ikiwa anasikia maombi yetu.

Lakini tunapogundua amejitenga wacha Mungu kwa ajili yake mwenyewe, basi tunajua kwamba Yeye hutusikia tunapoomba.

. . .

KUJITOA KWETU KWA MUNGU KUNAPASWA KUJA
KWANZA. Tunakuja kwake na moyo uliovunjika na uliopondeka, tunakuja na nia wazi, tunaomba msamaha na tunatubu kwa mambo yote ambayo tumefanya. Halafu, **Yeye husikia maombi yetu,** kisha hutusamehe dhambi zetu, kisha huzifuta. Mungu anataka tujue kwamba Yeye hutusikia wakati tunapiga simu na Yeye atajibu kama Yeye "anavyosikiza" maneno yetu. Mungu anatambua kwamba tunampenda; saa za usiku, tunaweza kuzungumza Naye kitandani mwetu.

Tunasikia juu ya watu ambao wanapaswa kwenda na lazima watumie muda mwingi peke yao. Unajua ikiwa Mungu yuko ndani yetu, hatuko peke yetu, sivyo? Ikiwa yuko ndani yetu, sio lazima uende mahali pengine kuzungumza naye. Sio lazima uende shambani na kuzungumza naye; unaweza kuwa na fursa ya kuongea naye kwenye kitanda chako. **Mungu anataka tumjue. Anataka kuwa na uhusiano huo wa karibu na sisi** na anatuambia hivi katika Zaburi 4. Kwa moyo wako mwenyewe, juu ya kitanda chako mwenyewe, tulia, Bwana anazungumza nasi saa za asubuhi. Yeye hutuamsha saa 3 na 4 asubuhi. Ikiwa yuko ndani yako, sio lazima uende mahali pengine, wewe zungumza naye tu na atakupa majibu yako na atakuongoza kwa roho yake.

WAKATI MMOJA MWANAMKE ALIKUJA NYUMBANI KWANGU NA akasema Bwana alinituma nikupeleke nyumbani kwangu ili Bwana azungumze nawe. Hiyo ilikuwa mpya kwangu, kwa sababu Bwana alizungumza nami kwenye laini ya nguo, sinki la jikoni, kusugua sakafu, kuendesha utupu, kutandika vitanda, sikuhitaji kwenda mahali pengine popote. Bwana akaniambia, "Sikumtuma kukuambia uende nyumbani kwake. Ikiwa ungeenda nyumbani kwake na kutumia usiku huo ili nizungumze na wewe, isingekuwa mimi nikizungumza na wewe kwa sababu nazungumza nawe kila mahali." **Mungu anataka tuwe na uhusiano wa karibu naye.**

Kumbuka, Yeye husikia sala zetu. Yeye husamehe dhambi zetu na kutusafisha na udhalimu wote. Na ni furaha iliyoje kujua kwamba tuna amani, kwamba tunaweza kulala chini kwa amani na kulala na kukaa salama. Mungu ametuita kwa maisha ya amani na raha; tunapaswa kutoa maisha yetu kwa Bwana kwa **kujitolea kabisa Kwake**. Mungu hatatosheleza mahitaji yetu nusu ya nusu na hatuwezi kuja nusu kwa njia yake, lazima tuje mbali, Anahitaji kujisalimisha kabisa.

Wacha nikuambie, ni aina ya upande mmoja ... Anachukua nini kutoka kwetu? Anaondoa dhambi na giza; tabia mbaya, pombe, dawa za kulevya, tamaa zote za mwili na kiburi cha mwili. Anaondoa yote na wewe uko huru. Basi kwa nini unatazama nyuma na kumruhusu shetani atese akili yako badala ya kusema mimi niko huru, niko huru? Bwana ameniweka huru.

Mwanamke mchanga alikuja kutoka Kansas ambaye alikuwa na enzi nyingi na nguvu maishani mwake. Alikimbia barabarani. Vijana walikwenda kumuokoa kwa sababu mtu yeyote angeweza kumchukua na ilikuwa mbaya sana huko nje. Vijana walipokimbia kwenda kwake, malaika mrefu sana aliyevaa nguo nyeupe, alimkimbilia na kumkwaza. Walimshika na kumrudisha. Mwanadada huyu alikuwa akipambana na ukombozi na aliamua kukimbia tena. Wakati huu mtu mlevi alimchukua na kumpeleka mahali ambapo shughuli nyingi za uovu zilikuwa zinaendelea. Alitoka kwake na kupiga simu nyumbani. Angeweza kuuawa haraka sana lakini tulikuwa tukimwombea tangu atoke mlangoni.

Mungu ana njia kwako ambayo ni amani yake, haki yake, msamaha wake na uponyaji wake. Hatuwezi kucheza na Mungu au na shetani kwa sababu shetani hakika atakukwaza na kukuangusha haraka. Amani hutoka kwa Mungu, Furaha hutoka kwa Mungu, Wokovu unatoka kwake, Upendo unatoka kwake. Bwana anatuita katika uhusiano huu mzuri sana anaozungumza katika Zaburi ya 4. Uwepo wa Mungu na Upendo ndani yetu. **Mungu anataka tuweke imani yetu kwake.** Sisi sote tunaamini mwili wetu lakini tunamwamini Mungu? Wewe ni watu waliochaguliwa na Mungu amekuchagua uwe 100% ndani Yake, atakufundisha ili aweze kuwa 100% ndani yako huko nje dhidi ya uovu wa ulimwengu huu.

Hautajua kamwe isipokuwa ukiweka tumaini lako kwake na umruhusu Aonyeshe kwamba yeye ni Mungu.

Tunaweza kufanya mambo yetu wenyewe na Mungu hatatuzuia kwa sababu anaheshimu haki yako ya kuchagua. Bwana alinifundisha miaka 40 iliyopita kwamba sina haki ya kuingilia uchaguzi ambao mtu yeyote anafanya. Lazima nisimame nyuma na waache wafanye hivyo, kwa sababu wana haki ya kuifanya iwe ni sawa au sio sawa. Wakati mwingine Roho Mtakatifu huniambia "Ninaandika bomba la waya na hii ni mara yangu ya mwisho kuja hapa." Anaposema hivyo, lazima nimtii na amefanya hivyo. Kulikuwa na mtu niliyemjua ambaye alikuwa na mke na watoto wawili. Walikuwa wanakuja kwetu kupata msaada. Usiku mmoja, katikati ya usiku, alikuja kwa ukombozi. Alikuwa na enzi na nguvu katika maisha yake ambazo zilikuwa mbaya sana. Kwa hivyo tuliomba na kufunga kwa ajili Yake na Bwana akamwokoa. Mkewe, kwa kweli hakuwa na wasiwasi sana juu ya Mungu, alisema kwamba wakati anamhitaji, atamfikiria.

Siku moja Bwana aliniambia niende nyumbani kwao. Bwana aliniambia nataka uende kwenye nyumba hiyo na ninataka uwasomee andiko hili.

Amosi 7: 6 Bwana akajuta kwa ajili ya hili; hii pia haitatokea, asema Bwana MUNGU. 7 Hivi ndivyo alinionyeshea, na tazama, Bwana akasimama juu ya ukuta uliotengenezwa na bomba la maji, mwenye bomba la mkono **mkononi mwake.** 8 Bwana akaniambia, Amosi, unaona nini? Nikasema, Bati la waya. Ndipo Bwana akasema, Tazama, nitaweka bomba la waya katikati ya watu wangu Israeli; sitapita tena kwao tena;

Nilikwenda usiku ule na Bwana akawapa
neno. Mwanangu alimwuliza mkewe, "Je! Unajua kitu juu ya
Bwana?" Alisema, "Ninafikiria Bwana, wakati
ninamuhitaji." Akasema "Je!" Nilidhani hii ilikuwa ajabu
sana kwamba hakuwa na mawasiliano na Mungu hata
kidogo. Kwa hiyo usiku huo baada ya kuondoka mume
alitoka nje ya nyumba hiyo asirudi tena. Alimtaliki mkewe
na akaenda zake na kuoa mtu mwingine. Wakati fulani
baadaye, alikuwa katika ajali ya pikipiki na kuishia katika
chumba cha wagonjwa mahututi hospitalini. Nilikwenda
kuzungumza naye na kuamini alikuwa amefanya amani na
Mungu kabla ya kufariki.

MKEWE, SAWA, HAKUWA AKIENDA VILE MUNGU ALIVYOTAKA
kwa sababu hakuwa na hamu ya Mungu ... isipokuwa
wakati alikuwa akimhitaji. Miaka mitano baadaye, mke
alinipigia simu usiku wa manane na kusema mtoto wake
alikuwa akivuka barabara saa tatu asubuhi na lori likampiga
na kumuua papo hapo ... mtoto mdogo alikuwa amekufa,
kama baba yake . Nilimjua kijana huyo kwa
nepi. Alipokuwa na umri wa miaka 8, alikuwa akibeba
Biblia na kusema nitakuwa mhubiri. Alimpenda Bwana,
lakini miaka ilikwenda na sasa alikuwa na miaka
16. Alikuwa amejiunga na baadhi ya waabudu
shetani; marafiki zake wote walikuwa waabudu
shetani. Tulipokwenda chumba cha kuhifadhia maiti,
marafiki zake walikuwa na huzuni sana. Tukasema, "Je!
Unajua kwamba kijana huyu hakufika kwa M
   ungu? Alifanya uchaguzi na alijiunga na magenge na
alipoteza maisha bila Mungu. " Walisema, "Sio rafiki yetu,

hii haiwezi kumtokea." Alisema, "Je! Unajua rafiki yako yuko kuzimu sasa?" "Sio rafiki yetu ..." "Ndio, rafiki yako, kwa sababu alichagua mabaya badala ya mema." Niliwaombea marafiki zake wengine, wote walikuwa wamevaa nguo nyeusi; hawakuonekana kama wanadamu. Ilikuwa mbaya sana. Nilichoweza kufikiria ni kijana huyu mdogo ... na Biblia.

TUNAWAJIBIKA KUWALEA WATOTO WETU KATIKA NJIA ZA BWANA. Hauwezi kuwa na Mungu maishani mwako na ukaamua utaendesha maisha yako mwenyewe, kwa sababu hakika kama unavyoishi, utakutana na kifo na utapoteza. Wakati Mungu ametuita kwa njia yake, na tunachagua njia yetu ... kuna shida.

SIKUJUA USIKU HUO KWAMBA YEYE ALITOA NENO KWAMBA Mungu alikuwa ameweka bomba la chini na hatakwenda tena kwa njia hiyo. Sikujua nini kitatokea kwa familia hiyo yote. **Tuko na uchaguzi** wa kufanya. Mungu hatakuzuia kutoka kwa njia yako mwenyewe, lakini njia yako mwenyewe itakuondoa kwa Mungu.

LAZIMA TUMWOMBE ATOE NDANI YETU KILA KITU AMBACHO ni kinyume na mapenzi yake kamili na kuweka **upendo wake ndani yetu mpaka kila kitu ndani yetu kijazwe na upendo wake.** Ni juu yetu kuchagua, kwa sababu Mungu alituumba huru. Hataingilia ... tuna chaguo la kufanya.

. . .

Nilikuwa Afrika kijijini na nilikutana na mfanyabiashara ambaye Mungu alikuwa amembariki lakini baadaye akawa mchoyo. Hakuridhika na baraka za Bwana. Alimwambia Bwana alikuwa na shughuli kadhaa na watu na Bwana akamwambia ni hongo. Hakufikiria ni hongo, alidhani ni marafiki zake tu.

Mfanyabiashara huyu alituambia hadithi. Jumatatu, Bwana alimwambia atengeneze nyumba yake kwa sababu Jumamosi angekufa. Mungu alisema, "Sijamaliza na wewe." Hii ilikuwa Jumatatu na Bwana alimwambia "Unapata kila kitu sawa na uwaombe kila mtu akusamehe." Mfanyabiashara huyo alimkumbuka mwanamke mmoja ambaye alikuwa na chuki nyingi dhidi yake. Alikwenda kumwona na akasema, "Nataka unisamehe." Alimrushia supu ya moto usoni. Alijiuliza atafanya nini. Hatimaye alimfanya asikilize na kumsamehe. Alikuwa na wiki moja tu kuokoa maisha yake. Mungu alisema, "Panga nyumba yako." Jumamosi alikuwa mzima hakuwa na kitu kibaya naye, lakini alikufa.

Jumapili asubuhi, familia yake ilimleta katika Hospitali ya By His Stripes ... akiwa amekufa. Maiti ... hakuna kitu wangeweza kufanya; hawakuwa na wakati wa maiti. Daktari alikuwa amesikia hadithi ya Lazaro katika darasa lake la shule ya Jumapili alipomsikiliza Bwana akisema, "Chukua maiti hii na umpeleke hospitalini kwako." Muuguzi wake mkuu alisema, "Mtu huyu amekufa, yeye ni maiti." "Weka IV ndani yake." "Hana mishipa yoyote." Daktari akasema, "Weka mahali unapojua mishipa iko." Alikuwa amekufa kwa siku nne. Muuguzi mkuu alimlaza kitandani kama daktari alivyoamuru. Daktari alikwenda nyumbani kupumzika kwa muda kidogo, alihisi uchovu sana na akasinzia kisha Bwana akamchukua kwa Roho kumfuata mfanyabiashara huyo ambaye alikuwa amekufa.

Mfanyabiashara alienda mbinguni. Wanafungua kitabu cha uzima ili kuona ikiwa jina lake liliandikwa ndani yake. Mungu akasema, "Nina mashtaka manne dhidi yako." Kwa hivyo, walikuja na chupa na brashi, ndani ya chupa hiyo kulikuwa na damu ya Yesu. Walichukua brashi hiyo na kunawa mashtaka manne dhidi yake. Alisimama pale na hakujua nini kitatokea kwa sababu hakuwa na hakika kwamba Bwana alikuwa amemsamehe. Bwana aliiosha mbali mbele yake. Mfanyabiashara anamuona rafiki nyuma yake ambaye alikuwa Mkristo na anawasikia wakisema, "Ondoka kwangu sikuwahi kukujua." Wengine walikuja na akasema, "Ondoka kwangu sikujua kamwe." Alipofika mahali fulani na Bwana akamwambia, "Lazima urudi nyuma." Daktari alisikia kile Bwana alikuwa akisema na mtu huyu. Bwana alimrudisha chumbani kwake. Daktari alimngojea mfanyabiashara huyo arudi. Kila siku, alifikiri atarudi na kumkuta mtu huyu ameamka lakini haikuwa hivyo ... siku nne zilipita. Siku ya nne, machozi yalikuwa yakimtiririka. Hiyo ilikuwa ishara ya kwanza ya maisha. Bwana alimrudisha kwa kusudi moja, Mungu alisema, "Nenda ukaambie watu wangu hakuna purgatori. Kuna mbingu na jehanamu. Chagua moja au nyingine, nenda ukawaonye watu wangu. "

Uchaguzi Tunaofanya Unaamua Ni Wapi Tunaenda Kuishi Milele.

Kuna sehemu mbili tu za kwenda. Wakati nilikuwa na miaka 16, nilikuwa nimekwenda mbali sana na Mungu hivi kwamba Bwana alinitikisa juu ya kuzimu. Akafungua kuzimu na akaniambia, "Ikiwa hautanitumikia, huko ndiko utakokwenda." Na hiyo ni sawa sawa. Ikiwa hatumtumikii, hapo ndipo tutakwenda.

Lakini fikiria kile Mungu atatupa sisi kwa kubadilishana. Je! Tunawezaje kupinga upendo wake, na yale ambayo ametupa? Je! Tunapendelea giza katika maisha yetu? Anaweza kutupeleka kuzimu au tuko tayari kumruhusu asafishe nyumba yetu na kutujaza na upendo wake hadi utu wetu umejaa upendo wa Mungu. Mimi sio mhubiri wa moto wa kuzimu lakini najua vizuri jinsi kuzimu ilivyo Najua bei ambayo tunapaswa kulipa ikiwa hatutembei na Mungu kwa moyo wetu wote.

Watu ambao hawataki kusaidia masikini, siku moja kabla ya muda mrefu watasimama mbele za Mungu. Mungu hatawauliza ni ngapi maelfu ya roho wameleta katika ufalme. Atauliza "nilikuwa na njaa lakini hamkunilisha, nilikuwa na kiu na hamkunipa kinywaji. Nilikuwa mgeni na hamkunikaribisha ndani, uchi na hamunivaa. Nilikuwa mgonjwa na hamkunitembelea, nilikuwa gerezani nanyi hamkunjia. " Sijali jinsi tulivyo wakubwa, ikiwa hatufanyi amri ya Bwana, tutakosa.

Isaya 58 ni kubwa sana na wazi na Mungu anahitaji kutoka kwetu labda hautaki kuifanya, **lakini ikiwa unampenda Mungu ni moyoni mwako kukidhi mahitaji ya wengine.** Kuna duka moja tu hapa duniani na hiyo ni fadhili ya kindugu ... kupendana, kuhudumiana, kusaidia maskini, kukidhi mahitaji ambayo Yesu aliweka mbele yetu katika Injili. Yale ambayo Yesu alifanya, Anahitaji sisi tufanye.

Tuna laini moja kwa moja - bomba la bomba. Sijali kutembea kwa mstari huo, kwa sababu ni mstari wa amani, furaha, haki na utakatifu na Bwana. Tunahitaji uelewa huu. Mungu anawaita watu ambao anaweza kuwapenda na kuwaimbia, ambao anaweza kufurahi juu yao, tunapotembea na kukimbia katika upendo wake kwa mataifa ya ulimwengu. Kile ambacho Mungu ametuwekea ni cha kushangaza sana tunapojimwaga na kuruhusu upendo wake utujaze.

Katika hadithi ya mfanyabiashara, kitu kimoja ambacho kilikosa na mwanamke ambaye alipelekwa kuzimu ni kwamba hakuwa na upendo wa Mungu. Hiyo ndiyo kitu pekee ambacho kilikuwa kinampinga. Ikiwa upendo wa ulimwengu uko ndani yetu, basi upendo wa Baba sio. Ikiwa tunampenda Baba, upendo wa ulimwengu haumo ndani yetu. Mungu anachora laini moja kwa moja katika maisha yetu, ili aweze kutujaza na upendo wake utapita kati yetu.

MUNGU ATATUFUNGULIA NJIA; SIO LAZIMA TUJIFANYIE wenyewe na ikiwa tutajitengenezea sisi wenyewe, tutakosa. Ikiwa tunatoa njia yetu kwa Mungu, Mungu ataielekeza na tutakuwa na amani hiyo, furaha na haki. Ni bora kuwa na Yesu anayesimamia maisha yetu. **Ni bora kuwa na upendo na utukufu wake na ufalme wake unafanya kazi ndani yetu.**

TUNA UCHAGUZI WA KUFANYA. IKIWA TULIMCHAGUA, tutabarikiwa na Yeye milele na kuishi katika ufalme wake milele. Tusipomchagua, tutahukumiwa milele. Sio kitu kidogo … tunahitaji kumchagua. Yeye anatupenda; Hataki tuende mahali ambapo shetani anaenda. Anataka tuende mahali ambapo ametuchagua. Hatatulazimisha au kutulazimisha, isipokuwa kwa upendo wake kutuvuta kwake. Upendo wake unatulazimisha kumfuata Yeye.

NATAKA KUKUACHIA MANENO HAYA, UMCHAGUE, HAKUNA **chochote kinakosekana kutoka kwetu ikiwa tutamfuata.** Mungu ametupa mengi, ikiwa tutasikia tu kile Anachosema, sio lazima tujishughulishe na vitu vingine na ni wazi na rahisi na yenye nguvu, ikiwa tunapokea.

. . .

MUNGU ATAKUPA IKIWA UTAMRUHUSU. KUWA TAYARI kutembea kwa njia hiyo ya uhuru, amani na furaha, haki na utakatifu.

BABA TUNAKUSHUKURU KWA NENO HILI. YESU, TUNAKUSHUKURU *kwa kuwa hausemi jambo moja na kufanya lingine, wala hautaki tuseme jambo moja na kufanya lingine. Bwana zungumza na mioyo yetu, tujulishe upendo wako mkuu na utoaji ili uweze kuchukua Injili hii ya Ufalme wa Yesu Kristo ulimwenguni kote, ili tuweze kuwa shahidi kwa mataifa yote. Ili wewe Bwana uweze kurudi tena kwa watu wako. Bwana Yesu, sema upendo wako, faraja yako na nguvu zako kwetu. Bwana acha roho yako itiririke kupitia sisi kusonga katika maisha yetu, ili tuchague kutembea katika Roho ya Uzima. Bwana Yesu, leta uzima ili tuweze kuishi katika umilele wote. Tunafurahi kwa kila kitu ambacho umetufanyia, kwani ulisema hautamshikilia mtu yeyote asiye na hatia aliyemwacha Kristo au kumkataa. Bwana tunakushukuru kwa ukweli na ukweli utatuweka huru. Yesu, nakushukuru kwa masikio ya kusikia na moyo wa kupokea na moyo wa kutii, katika jina la Yesu Amina. Imechukuliwa kutoka kwa ujumbe "Laini - Ni Wakati wa Kufanya Uamuzi - Sote Tuna Chaguo" na Mchungaji Agnes I. Numer*

HAKIKI: LAINI

Maswali ya Kujadiliana
   1.Je? tunahitaji kuwa mahali maalum kuongea na Mungu?Unahitajika kuongelea naye wapi?
   2.Mungu anahitaji nini kutoka kwetu?Mungu anatuita kwa uhusiano wa karibu sana naye. Eleza uhusiano wako naye.
   3. Timazi ni nini?
   4. Inatumika kufanya nini?
   5. Inamaanisha nini Mungu anapoweka Timazi maishani mwetu/
   6. Tusipohudumia Mungu na moyo wetu wote, ni nini kitatendeka?
   7.Furaha ya kuhudumia Mungu na kutembea kwa njia "nyororo ni upi?
   8.Ni njia ipi ambayo iko tayari kutembea?

Fanya Uhakiki
   1. Amosi 7:7…Bwana alisimama karibu na ukuta uliojengwa naTimazi. Mwenye…………...mikononi mwake.

Bwana akaniambia, amosi unaona nini? Nikasema, ninaona ………. Ndipo Bwana akasema Tazama, nitaweka ……..kati ya ………..wangu Israel:

2. Mungu ametuita kwa maisha ya amani na kupumzika. Tunafaa tupeane maisha yetu kwa……..kwa ujumla………kwake. Anataka ……..

3. Amani inatoka kwa Mungu…….inatoka kwa Mungu, …………..inatoka kwake,……….inatoka kwake……………Mungu anataka tuweke ……ndani yake.

4. ………………ina amua utakapoenda……….milele.

5Tukimchagua tuta……………...milele. ubarikiwe na uishi kwa ufalme wake milele, Tusipomchagua,tutalaaniwa milele.

   a. Ukweli

   b. Uwongo

6. Mungu atakuingizamo uki…….uwe……Kutembea njia ya……..,amani, Furaha,………..na haki.

7.Kuna tu…………moja na hiyo ni upendo wa kindugu,…………..kupenda kila mmoja wetu, ………..kila mmoja wetu, kusaidia maskini, kukutana na………….kuwa yesu ali………..mbele yetu na …………ambayo Yesu………….Ali…………..ili Tufanye.

CHAPTER 10
KAULI YA UWEZO WA KUONA

Kila wizara lazima iwe na Taarifa ya Maono ambayo inasema wazi lengo lako la msingi. Lazima pia uwe na Taarifa ya Ujumbe ambayo inasema lengo lako kuu na umakini.

Ufafanuzi: Taarifa ya Maono - Kauli ya sentensi moja inayoelezea mabadiliko ya wazi na ya kuhamasisha ya muda mrefu yanayotokana na shirika au kazi ya programu.

Hapa kuna mifano kadhaa
- Oxfam: Ulimwengu Usio Na Umaskini (Maneno tano)
- Makazi ya Ubinadamu: Ulimwengu ambao kila mtu ana sehemu nzuri ya kuishi. (10)
- NPR, na mtandao wake wa vituo huru vya wanachama, ni taasisi maarufu ya habari ya Amerika (12)
- Maombi yetu kwa kila moyo, nia ya kufanya hivyo (19)
- In Touch Ministries: kutangaza Injili ya Yesu Kristo kwa watu katika kila nchi ya ulimwengu. (14)
- Taarifa ya Ujumbe - unachofanya: Taarifa ya sentensi moja inayoelezea sababu ya shirika au programu

kuwepo. Inatumika kusaidia kuongoza maamuzi juu ya vipaumbele, vitendo, na majukumu. Hapa kuna mifano:
- TED: Kueneza Mawazo. (Maneno 2)
- Smithsonian: Kuongezeka na kuenezwa kwa ujuzi. (Maneno 6)
- Livestrong: Kuwahamasisha na kuwawezesha watu walioathiriwa na saratani. (8)
- Charity Water: Sisi ni shirika lisilo la faida linaloleta maji safi na salama ya kunywa kwa watu katika nchi zinazoendelea. (14)
- - In Touch Ministries: Kuwaongoza watu ulimwenguni kote katika uhusiano unaokua na Yesu Kristo na kuimarisha kanisa la mahali. (17)

Maono ya Mungu daima yamefafanuliwa wazi na kufahamishwa kwa Israeli. Mungu alifanya agano akianza na Ibrahimu, "nitakuwa Mungu wako na nyinyi mtakuwa watu wangu" Mungu alitangaza kwamba atakuwa na watu duniani ambao wataonyesha sifa zake. **Kuna ahadi tatu kuu** katika agano lililofanywa na Ibrahimu na kizazi chake.

1. Ahadi ya ardhi (Mwanzo 12: 1). Mungu alimwita Ibrahimu kutoka Uru wa Wakaldayo aingie katika nchi ambayo angempa (Mwanzo 12: 1). Ahadi hii imerejelewa katika Mwanzo 13: 14-18 ambapo inathibitishwa na agano la kiatu; vipimo vyake vimetolewa katika Mwanzo 15: 18-21. Tazama pia Kumbukumbu la Torati 30: 1-10, Agano la Palestina.

2. AHADI YA UZAO (MWANZO 12: 2). MUNGU ALIMWAHIDI Ibrahimu kwamba atatengeneza taifa kubwa kutoka

kwake. Ibrahimu, ambaye alikuwa na umri wa miaka 75 na hakuwa na mtoto (Mwanzo 12: 4), aliahidiwa wazao wengi. Katika Mwanzo 17: 6 mataifa na wafalme kizazi chake. Hata Masihi aliyeahidiwa angekuja kupitia uzao wake.

3. **Ahadi ya baraka na ukombozi** (Mwanzo 12: 3). Mungu aliahidi kumbariki Ibrahimu na familia za dunia kupitia yeye. Ahadi hii imeongezwa katika Agano Jipya (Yeremia 31: 31-34; np. Waebrania 8: 6-13) na inahusiana na baraka za kiroho na ukombozi wa Israeli. Yeremia anatarajia msamaha wa dhambi. Alisisitiza tena kwa Isaka (Mwanzo 21: 12; 26: 3-4). Alithibitishwa kwa Yakobo (Mwanzo 28: 14-15).

INAKUJA SIKU AMBAYO ISRAELI KAMA TAIFA WATAGEUZWA, kusamehewa, na kurejeshwa (Warumi 11: 25-27) wakati Israeli watatubu na kupokea msamaha wa Mungu (Zekaria 12: 10-14). Ni kupitia taifa la Israeli kwamba Mungu aliahidi katika Mwanzo 12: 1-3 kubariki mataifa ya ulimwengu. Baraka hiyo ya mwisho itasababisha kusamehewa kwao dhambi na ufalme mtukufu wa Masihi kutawala duniani.

Yesu alianza utume wake kabla ya kuanza huduma Yake. Baada ya kubatizwa Yesu alikwenda nyikani kujaribiwa na shetani. Alipotoka mshindi, alisimama katika sinagogi na kusoma aya hii:

LUKA 4:18 "ROHO WA BWANA YU JUU YANGU, KWA SABABU amenitia mafuta kuhubiri injili kwa maskini. Amenituma kutangaza kuachiliwa kwa wafungwa, na kuona tena kwa vipofu, kuwaweka huru wale waliodhulumiwa.

MAONO YA MUNGU KWA AJILI YA KANISA NI KWA WATU WA KILA KABILA, lugha na taifa, kusikia injili na kuwa Bibi-arusi wa Kristo. imetolewa wazi wazi kwetu na Yesu mwenyewe kupitia Mathayo 25 - hubiri, ubatize na ufundishe watu wote katika mataifa yote.Akawaambia, "Nenda ulimwenguni kote na utangaze injili kwa viumbe vyote". Marko 16:15 ESV basi nendeni mkafanye wanafunzi wa mataifa yote, mkiwabatiza kwa jina la Baba na la Mwana na la Roho Mtakatifu, Mathayo 28:19 (ESV)

NDOTO YA UMOJA.

Moja ya changamoto kubwa ni kwamba mara nyingi kuna maono tofauti ndani ya mkutano. Tafadhali angalia mifano hapa chini.

Maono ya Mungu - kusudi ambalo Mungu ameita kikundi hicho pamoja. Ana mpango, kusudi na maono ambayo ni sehemu ya "Mpango Mkubwa"

Maono ya Mchungaji - wakati mchungaji amesikia kutoka kwa Roho Mtakatifu, atakuwa na wazo fulani la mpango wa Mungu kwa mkutano huo. Kiongozi ana mawazo au mafunzo yake mwenyewe na ana ajenda yake pia.

Maono ya Watu. Kusanyiko na msingi wa viongozi wana maono. Wazee wanaomzunguka Mchungaji wanaweza kutaka kushiriki na kuwa na maoni katika maono ya jumla. Wanaweza kujua historia bora kuliko Mchungaji.

Watu hawa wanaweza kuwa na kitambulisho chao wenyewe kutoka kwa viongozi wa zamani na uzoefu. Watu wengine wanajihudumia wenyewe au hawajali.

Watu ewengine wanaweza kuwa wamepata mafunzo ambayo inaweza leta mabadiliko kanisani.

Maono Ya Wazi Huhimiza Umoja

Maono wazi, ya pamoja huhimiza na huruhusu watu kukusanyika pamoja na kufanya kazi pamoja. Inaunda kitambulisho cha kawaida na malengo ya pande zote. Inaruhusu watu "kupanda kwenye bodi - twende pamoja". Pia inawapa watu kusudi katika kile wanachofanya kwa sababu wao ni sehemu muhimu ya kitu ambacho kinaenda mahali pengine. Maono ya kawaida yanasema kwamba tunafanya kazi pamoja kuelekea malengo sawa. Tunahitajiana!

Leta mkutano wako katika umoja wa maono.

Ukishaanzisha maono wazi ya kile Mungu anataka kuleta katika huduma yako, unawezaje sasa kushiriki maono haya na kuwaleta watu katika umoja wa kusudi. Kumbuka kwamba kawaida **watu hupinga mabadiliko.**

Tumia hatua zifuatazo kusaidia kuleta mkutano wako katika umoja wa maono:

1. Jitayarishe. Tafuta na ujue maono ya Mungu.

2. Kuza uhusiano wa uaminifu na viongozi wako wa msingi ili nao waweze kuwa na maoni kwenye maono.

3. Ombeni pamoja. Mtafute Mungu. Jadili maono pamoja.

4. Ikiwezekana endelea mafungo na viongozi wako na omba juu ya maono hayo.

5. Weka malengo ya muda mrefu na ya muda mfupi.

Mara tu uongozi wako wa msingi unashiriki maono sawa... sasa ni wakati wa:

- KUITISHA MKUTANO.
  - Kuwa na "Hakiki ya Hakika". Kwa kweli, tuko wapi sasa hivi? Kweli.
  - Ni changamoto zipi tunakabiliwa nazo, tunaenda wapi kweli? Je! Tunajua kusudi letu?
  - Shiriki maono, na kila mtu, iwe wazi. Sema "Hapa ndipo sisi, viongozi wote wa msingi, tunaamini kwamba Mungu anatuongoza."
  - Viongozi wote wa msingi wameungana; wameketi pamoja na anuwai wanashirikiana kusaidia "maono yetu".
  - Mawasiliano ni njia mbili na tunahitaji kuruhusu maoni. Watu ambao wanahisi kuwa maoni yao **yanasikika** watatoa bora yao kutimiza maono.

- ISIPOKUWA PIA KUWA MAONO YAO, UTAKUWA UKISUKUMA kupanda njia yote.
  - **Rudia, rudia, rudia**. Ni muhimu kusisitiza kila wakati umuhimu wa maono.
  - Tumia kaulimbiu, maneno na hata mabadiliko ya

jina. Weka maono kwenye barua, kwenye mabango na chochote kinachofaa.
- Omba pamoja kwa hatua maalum za kufikiwa na inahitaji kutimizwa.
- **Sherehekea hatua ndogo ndogo** na endelea na shauku.
- **Kumbuka kusema, "Asante."** Daima tambua kazi iliyofanywa vizuri.

Hapa kuna maandiko kadhaa juu ya maono:

Bwana wa majeshi asema hivi: Usisikilize maneno ya manabii wanaokutabiria, wakikujaza matumaini matupu. Wanasema maono ya akili zao wenyewe, sio kutoka kwa kinywa cha Bwana. Yeremia 23: 16 ESV

Ambapo hakuna maono ya kinabii watu hukataa kizuizi, lakini heri yeye yule anayeshika sheria. Methali 29:18 ESV

Maana bado maono haya yanangojea wakati wake; inaharakisha hadi mwisho — haitasema uwongo. Ikiwa inaonekana polepole, subiri; hakika itakuja; haitakawia. Habakuki 2: 3 ESV

Kisha Bwana akanijibu: "Andika maono; ifanye iwe wazi kwenye vidonge, ili aweze kukimbia anayeisoma. Habakuki 2: 2 ESV

Kwa maana najua mipango niliyonayo juu yenu, asema Bwana, mipango ya masilahi na sio mabaya, kuwapa wakati ujao na tumaini. Yeremia 29:11 ESV

. . .

Kwa maana Bwana Mungu hafanyi chochote bila kufunua siri yake kwa watumishi wake manabii. Amosi 3: 7 ESV

Katika huduma na katika biashara tunahitaji kuwa na maoni wazi juu ya Maono yetu, na **tunahitaji kujua "sisi ni nani na tunafanya nini"** ambayo itatupa **umoja wa kusudi.**

HAKIKI: UWEZO WA KAULI YA KUONA

1. Ndoto ya kauli inaelezea goli yako msingi.
   a. Ukweli
   b. uwongo
2. Kauli ya ndoto inahitajika ielezwe kwa aya moja.
   a. Ukweli
   b. Uongo
3. Kaulji ya kuona inatuelezea huduma inafanya nini
   a. Ukweli
   b. Uongo.
4. Nitakuwa Mungu wako na mtakuwa watu wangu. Hii ni kauli ya ndoto ya Mungu kwa nani?
   a. Daudi
   b. Noah
   c. Yesu
   d. Abrahamu.
5. Yesu alionyesha kazi yake kupitia kwa kitabu kipi?
   a. Yohana 17:7
   b. Luka 4
   c. Zaburi 23

d. Ufunuo 20:10

6. Kauli ya ndoto ya Mungu kwa kanisa ni ipi?

a. Kushinda mataifa yote kwa Mujngu.

b. Watu kutoka kila mahali wawe na uwezo wa kusikiliza injili na wawe bibi harusi wa Yesu.

c. Kuwa watu wake wote wawe tajiri na maisha mema.

7. Kauli Mungu aliyotupatia ilikuwa ku;

a. Hubiri, batiza na ufundishe taifa lote.

b. Soma neno lake kila siku

c. Ishi maisha ukiwa ndani yake.

8. Watu kwenye umati wanaweza kuwa na ndoto zao za kanisa zao.

a. Ukweli

b. Uongo

9. Ndoto iliyogawanywa inaleta;

a. watu kufanya kazi pamoja.

b. umoja wa sababu

c. Sababu kuu ya watu kuwa pamoja kwenye umati.

d. Majibu yote ni sahihi.

10. Kuleta umati pamoja kwa lengo, ni lazima mhubiri ajue kauli ya kanisa.

a. Ukweli

b. Uwongo

CHAPTER 11
SIFA NA KUABUDU

Kabla ya kuanza mwendo huu, hebu pitia msingi mkuu. Sura ya kwanza- Mungu ni nani?

Kuimba ila upako wa Mungu - ni kuimba tu.

"Ni jambo la kutisha kutoa muziki wa" Sifa na Kuabudu "ambao husababisha njaa ya muziki zaidi - ibada lazima ipeleke njaa ya kina cha Mungu na neno Lake. Kama viongozi wa ibada tunachukua nafasi kwamba umma kwa jumla unaweza au usipende muziki ambao Mungu hutabiri kupitia sisi ... lakini ni muhimu zaidi kumpendeza Mungu. Tunajua mahali ambapo adui alikuwa na kuleta sifa mbele ya kiti cha enzi. Tunapaswa kuwa waangalifu sana kwamba hatutaanguka kama alivyoanguka na tunatamani sifa hiyo kwetu. "

Katika agano la kale Patakatifu pa Patakatifu palifichwa na pazia. Wakati pekee mtu yeyote aliruhusiwa kuingia mara moja kwa mwaka kwenye Siku Takatifu Yom Kippur. Kuhani Mkuu tu ndiye aliyeingia na kutoa dhabihu za damu na kuteketeza ubani mbele ya Kiti cha Rehema.

Leo, kama Wanamuziki sisi pia tunachukuliwa kama makuhani.

Kwa nini tunataka kwenda mahali patukufu pa watukufu?

Afisi ya kuhani ilikuwa ya kuridhiwa. Kuhani aliishi maisha yake yote akitumikia Mungu na kupeana sadaka na kuombea watu wa Mungu msamaha.Wakuhani wengine ndio walikuwa watu wabaya mno katika taifa.Badala ya kulilia dhambi walikuwa wakijjiunga na watenda dhambi. Kama waimbaji hebu tulinde mioyo yetu ili tubebe uwepo wa Mungu kwa watu wake na waje kwa uwepo wake ili waponywe, warejeshwa na wasamehewe dhambi zao.Tusifu na kuabudu kwa moyo safi bila aibu na bila aibu ya Mungu.

Kabla ya kuhani huyo kuingia Patakatifu pa Patakatifu, alijitakasa. Alijiweka kando na kumwuliza Mungu amsafishe kutoka kwa dhambi yake na aondoe chochote ambacho kitamkosea Mungu. Utakaso unatutambulisha na Mungu, ambaye amejitenga na ulimwengu huu. Kuhani alivaa mavazi maalum na rangi nzuri na dhahabu, bluu, zambarau na nyekundu.

Je! Tunaweza kumuona Kiongozi wa Ibada kama kuhani mbele za Mungu?

Anayeabudu Ni Nani?

Anayeabudu si yule tu anayeimba mbele, Watu tunaoimbia pia huwa wanaabudu Mungu.Hatuleti tu watu kwenye uwepo wa Mungu,

Tunamwabudu Mungu na uwepo wake unajaza chumba, Watu wanaamua kuingia au hawaamui kuinngia ndani.

Kuongoza Kuabudu.

Kama kiongozi wa kuabudu, tunafaa tuwe na uwezo wa kupambanua moyo wa baba wetu aliye mbinguni na tumwabudu- 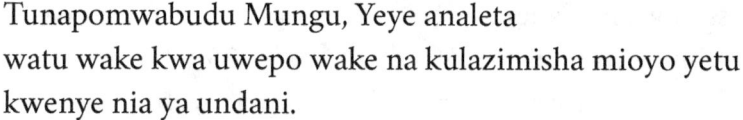 Tunapomwabudu Mungu, Yeye analeta watu wake kwa uwepo wake na kulazimisha mioyo yetu kwenye nia ya undani.

Kama viongozi vya kuabudu, moyo wetu wa ibada kwa Mungu na upendo wetu kwa Mungu unaonekana kupitia kwa kuabudu. Hatuwezi kujifanya, uhodari wetu unaweza kujificha kwa undani sana tukiwa na uhusiano na Mungu. Ni kwa kadiri hiyo ambayo tunaweza kuonyesha kuabudu kwetu.

KWA NINI TUNATAKA KUINGIA KWA UWEPO WA MUNGU WA SIRI.

 Ili waweze kuishi huko - milele, wakiacha dhambi na miungu mingine yote. Kutamani kuwa bi harusi wa Kristo, sio kubaki tu kuwa mwanafunzi. Ili mioyo yao iwe wazi kupokea huduma iliyobaki, neno la Mungu kupitia Mchungaji au huduma itakayotolewa baada ya ibada ya wimbo.

. . .

Kama tulivyochagua kuabudu, Mungu hututia nguvu kupita kila kitu. Unamkumbuka Paulo akiimba gerezani?

Nao walipokwisha kupigwa sana, waliwatupa gerezani, wakimwamuru mlinzi wa gereza awalinde salama. 24 Yeye, baada ya kupokea maagizo kama hayo, akawatia ndani ya gereza la ndani, akafunga miguu yao kwa miti. . 25 Wakati wa usiku wa manane, Paulo na Sila walikuwa wakisali na kumwimbia Mungu sifa. Matendo 16: 23-25.

Mtu ameumbwa na roho, roho na mwili wetu. Nafsi zetu zina akili zetu, mapenzi na mihemko. Roho yetu hutoka kwa Mungu na inahusiana na Mungu. Mwili wetu ni mahali tunapoishi. Hii inatusaidia kuelewa jinsi tunavyoabudu.

Kuna Njia Nyingi Za Kusifu Na Kuabudu.
Njia Za Kiroho

Muziki unaweza kusonga watu. Inachochea watu kucheza, kuimba, "kupendana," kuwa na huzuni, na kuwa na furaha. Muziki mwingi unapigwa katika uwanja wa soulish. Kusudi lake ni kuburudisha. Lakini muziki huu unalazimisha mioyo yetu kuingia katika uwepo wa Mungu? .

Aina ya kusifu

Sifa huanza kumhudumia mtu wa Roho. Muziki huu huanza kulazimisha moyo kuzingatia Mungu badala ya ubinafsi. Roho wa Mungu huanza kusonga ndani ya mioyo ya watu, Anaweza kuleta uponyaji, ukombozi na zawadi zingine za Roho.

Sifa Na Kuabudu

MSIFUNI BWANA. MWIMBIENI BWANA WIMBO MPYA, Na sifa zake katika kusanyiko la watakatifu. 2 Israeli na amshangilie yeye aliyemfanya kuwafanya watoto wa Sayuni wafurahie Mfalme wao. 3 Na walisifu jina lake kwa kucheza, Na wamsifu kwa matari na kinubi. 4 Kwa maana Bwana huwapendeza watu wake, Atawapamba wanyenyekevu kwa wokovu. 5 Watakatifu na wafurahi kwa utukufu na waimbe kwa sauti juu ya vitanda vyao. Zaburi 149: 1-5 .

Aina ya kuabudu.

Anayeongoza kuabudu anapopambanua moyo wa Mungu na anamwabudu.**Mungu analeta watu wake na katika uwepo wake.**

Tunapoingia katika uwepo wa Mungu kupitia kwa kuabudu, maisha yetu yanabadilika.Tunaenda katika uwepo wake tukiacha nyuma wasiwasi zetu na uteuzi wetu.Tuna lenga tu kwa Mungu.

Tunaelewa ukuu wa Mungu, Upendo wake na kile alicho.Ni kupitia mahali hapa ambapo Mungu anaongea na mioyo yetu akileta uponyaji,Mwenendo na amani.Ni kupitia kwa njia hii ambayo tunamwelewa hata zaidi.

Hatuwezi ogopa kuingia katika kuabudu Mungu kwa undani mbele ya watu.Ni kwa ajili ya njia hii tu pekee ya kuingia kwa undani katika kuabudu ambayo tunaweza kuongoza wengine kwa uhuru wa kuonja upendo kwa Baba wao aliye mbinguni.

Kusifu Kwa vita vya kiroho

Tunapomtazama Mfalme Yehoshafati tunaona hali ya ajabu:

Na walipoanza kuimba na kusifu, Bwana aliweka waviziao juu ya wana wa Amoni, Moabu, na mlima Seiri, waliokuja kupigana na Yuda; na wakapigwa. 2 Nyakati 20:22

. . .

TUNAONA HAPA KWAMBA KAMA WATU WA MUNGU HAWAKUIMBA TU BALI WALIMSIFU, Aliwaangamiza adui. Kuna nyakati ambazo Mungu hutumia sifa zetu kama Vita vya Kiroho - tunapoimba adui anakimbia.

6 [Sifa] za juu za Mungu ziwe vinywani mwao na upanga wenye makali kuwili mikononi mwao; 7 ili kulipiza kisasi juu ya mataifa, na adhabu kwa watu; 8 Ili kuwafunga wafalme wao kwa minyororo, na wakuu wao kwa pingu za chuma; 9 Ili kutekeleza juu yao hukumu iliyoandikwa heshima hii wana watakatifu wake wote. Msifuni BWANA. Zaburi 149: 6-9

JE! NI MUZIKI GANI UNAOCHEZA NA NYIMBO AMBAZO UNAIMBA **zinaongoza wale wanaosikiliza?**

Mwongozo mzuri wa kusifu na kuabudu ni kutambua kwamba tunaongozana tu na kile Mungu anachofanya.

LAZIMA TUTAMBUE KWAMBA TUMEUMBWA KUMSIFU MUNGU.
Tunakuja mbele zake na moyo safi.
Njoo unatarajia Mungu ahamie.
Wakati Mungu anasonga mtiririko pamoja naye.

JUKUMU LETU NI KUMPONGEZA MUNGU ASITARAJIE MUNGU ATUSAIDIE. Sisi ni makuhani mbele zake. Mwabuduni yeye kwa roho na kweli sio kumletea aibu bali kuleta watu wake mbele Zake ili aondoe aibu zao.

. . .

Tarajia kwamba Mungu atahamia kati ya watu wake
Yeye hukaa katika sifa za watu wake na wakati Mungu anahama - tunabadilika.

Mwabuduni Mungu kwa Roho na kweli. Jitakase moyo wako kabla ya kuanza kucheza. Lete sifa yako kama sadaka mbele Yake. Ikiwa una dhambi yoyote, au jambo lolote dhidi ya mtu yeyote litunze kabla ya kuabudu. Omba msamaha ondoa kutokubaliana. Ili uweze kuwa kuhani mbele Yake.

Fanya mazoezi kabla ya kucheza. Jizoezee chombo chako, fanya mazoezi ya kucheza na kuimba kama kikundi. Hakikisha kwamba uhandisi wa timu yako una vifaa vya kukuza tayari kabla ya kuabudu. Usiruhusu washiriki wa timu kufanya mazoezi wakati wa ibada. Hatutaki kuwa wasumbufu - tunataka kumwabudu Mungu.

Lengo ni kwa Mungu sio sisi wenyewe.

Msifuni BWANA. Msifuni Mungu katika patakatifu pake; msifuni katika anga la uweza wake. 2 Msifuni kwa matendo yake makuu; Msifuni kwa kadiri ya ukuu wake mkuu. 3 Msifuni kwa sauti ya tarumbeta; msifuni kwa kinubi na kinubi. 4 Msifuni kwa matari na kucheza; msifuni kwa vinanda na vyombo. 5 Msifuni kwa matoazi ya sauti; msifuni kwa matoazi ya sauti ya juu. 6 Kila mwenye pumzi na amsifu Bwana. **Msifuni BWANA.** Zaburi 150: 1-6

UHAKIKI: SIFA NA KUABUDU

1.Kuimba bila mafuta ya Mungu ni kuimba tu.
   a. Ukweli
   b. Uongo.
2. Waimbaji hawachukuliwi kama wakuhani.
   a. Ukweli.
   b. Uongo
3. Lucifer alikuwa akileta sifa mbele ya kiti cha enzi.
   a. Ukweli
   b. Uongo.
4. Kama waimbaji hebu tu……..mioyo yetu, ili tubebe……..ya Mungu kwa watu wake ili wapokee ……….,…………..na kusamehewa kwa dhambi zao.
   5.hebu tusifu na tuabudu……….,…………bila………na bila kumwaibisha Mungu.
   6. Kabla kuhani mkuu hajaenda mahali patakatifu pa watakatifu,alijitakasa.Je? tunaweza kujitakasa kabla ya kuabudu?
   a. Ndio
   b. La

c. Wakati mwingine.

7. Upendo wetu kwa Mungu unaonyeshwwa kupitia kwa kusifu.

a. Ukweli

b. Uongo.

8. Tunaweza kujifanya lakini uhodari wetu utaficha kiasi ambacho uhusiano wetu uko ndani na Mungu.

a. Ukweli.

b. Uongo.

9. Tunapo……..kumsifu,Mungu ana………..kupitia katika kila kitu.

10. Ni aina gani ambayo si njia ya kusifu na kuabudu.

a. Kusifu katika vita vya kiroho.

b. Njia ya ndoto.

c. njia ya kiroho.

d. njia ya kuabudu.

11. Tunapo abudu, tanawezaje kuwa na ukweli kuwa sisi kizuizi?

a. Fanya mazoezi kabla ya kucheza.

b. kuwa na uhakika kuwa mhandisi ana vyuma vyote tayari kabla ya kuanza kucheza.

c. Msikubali mazoezi wakati wa kuabudu.

d. Majibu hayo yote na sahihi.

12. Ni nini ambacho si mwongozo utakaoendeleza upendo wa Mungu.

a. Elewa kuwa tuliumbwa kumsifu Mungu.

b. Kuja mbele zake na Moyo safi.

c. Chez na ujasiri ndani yako kama mwimbaji mkuu

d. Kuja ukitamani kutembea kwa Mungu.

e. Mungu anapotembea, tiririka naye.

13. Wajibu wetu ni………Mungu sio ku…………Mungu ili a……………sisi.

14. Kama umati hauimbi nasi. Ni nini ambacho hatutakiwi kufanya?

a. Lengo lako liwe kwa Mungu.

b. Gombanisha umati.

c. Imba nyimbo ambazo umati unajua.

d. Kuwa na uhakika kuwa nyimbo haziko juu sana au chini sana.

CHAPTER 12
KUJA JUU SANA KWA UPENDO WAKE

1. Upendo Wa Binadamu Haufanani Na Ule Wa Mungu.
　　Paulo alifurahishwa sana na Wafilipi, na aliwapenda sana. Anasema kuwa walikuwa furaha yake na taji. Alisema, "Kwa hiyo simameni imara katika Bwana ..." Aliwapa maagizo, lakini pia anasema kuomba: "... katika kila kitu kwa maombi na dua ombi lenu lijulishwe kwa Mungu. Na amani ya Mungu, ipitayo akili zote, italinda mioyo yenu na mawazo yenu kwa Kristo Yesu. " Leo usiku naamini tunahitaji kufanya upya maneno haya katika maisha yetu wenyewe. Hapa mahali hapa, ambapo sisi ni karibu sana, sio rahisi sana kwa sababu zingine zinasindika zaidi kuliko zingine; wengine wamepitia moto zaidi kidogo - na wamechomwa vitu vingi. Na wengine bado hawajapata. Paulo aliruruhusu haya yote kutendeka. "Na amani ya Mungu, ipitayo akili zote, zitalinda mioyo yenu na akili zenu kupitia Kristo Yesu .*Wafilipo 4:1-15.*

　　1 Kwa hiyo, ndugu zangu wapendwa na tunatamani, furaha yangu na taji yangu, simameni imara katika Bwana, wapendwa.

. . .

2 Ninamsihi Eodiya, na Suntuke, nawasihi wawe na nia moja katika Bwana.

3 Pia, nawasihi, mwenzangu wa kweli, uwasaidie wale wanawake waliofanya kazi pamoja nami katika injili, pamoja na Klement pia, na wafanyakazi wenzangu wenzangu, ambao majina yao yako katika kitabu cha uzima.

4 Furahini katika Bwana siku zote, na tena nasema, Furahini.

5 Upole wenu na ujulikane kwa watu wote. Bwana yuko karibu.

6 Msijali kwa chochote; lakini katika kila jambo kwa maombi na dua pamoja na kutoa shukrani maombi yenu na yajulishwe Mungu.

7 Na amani ya Mungu, ipitayo akili zote, italinda mioyo yenu na akili zenu kupitia Kristo Yesu.

8 Mwishowe, ndugu, kila kitu cha kweli, chochote kilicho cha kweli vitu vyovyote vilivyo vya haki, vyovyote vilivyo safi, vyovyote vya kupendeza, vyovyote vyenye sifa nzuri; ikiwa kuna wema wowote, na ikiwa kuna sifa yoyote, fikiria juu ya mambo haya.

⋯

9 Mambo hayo mliyojifunza, na kupokea, na kusikia, na kuona ndani yangu, fanyeni; na Mungu wa amani atakuwa pamoja nanyi.

10 Lakini nilifurahi sana katika Bwana, kwa kuwa sasa mwishowe kunijali kwangu kulistawi tena; ambayo ninyi pia mlikuwa waangalifu, lakini mlikosa nafasi.

11 Sio kwamba nasema kwa sababu ya uhitaji; kwa maana nimejifunza kutosheka katika hali yoyote niliyo nayo.

12 Najua kudhalilika, najua kuwa na tele; kila mahali na katika mambo yote nimeagizwa kushiba na kuwa na njaa, kuwa na mengi na kuhitaji mahitaji.

13 Ninaweza kufanya mambo yote kupitia Kristo anitiaye nguvu.

14 Pamoja na hayo mmefanya vyema, kwa kuwa mlishirikiana na shida yangu.
 15 Sasa ninyi Wafilipi mnajua pia kwamba mwanzo wa Injili, nilipotoka Makedonia, hakuna kanisa lililoshirikiana nami kuhusu kutoa na kupokea, ila ninyi tu.

⋯

UPENDO WA MUNGU NI MKUBWA SANA. ANATAKA KUFANYA mengi katika maisha yetu ambayo yatabadilisha maisha yetu. Anataka kuondoa asili ya kibinadamu, na anataka kuruhusu amani ya Mungu ije, na kuweka mioyo na akili zetu kupitia Yeye. Kuna wakati tunasukumwa na mazingira; Bwana anataka kutubadilisha ili tuwe kama Yeye. Ninaamini kweli kwamba Mungu anataka kubadilisha maisha yetu na upendo wake hivi kwamba hatuingiliwi na upendo wa kibinadamu - tukigundua kuwa upendo wa Mungu unapita kitu kingine chochote. Mungu anafanya yasiyowezekana katika kila moja ya maisha yetu ili tuweze kwenda katika upendo wake na kwamba upendo wake utafikia ulimwengu. Siamini kuwa upendo wa kibinadamu uliochanganywa na upendo wa Mungu ni kamili. Naamini kutokamilika kwake. Lakini kile Mungu anataka kufanya kwetu ni kuondoa upendo wa mwili na kuweka upendo kwa wengine ambao hatutaathiriwa na hali.Kwa mfano, ikiwa tunampenda mtu, kumsaidia mtu, na anafanya kitu kibaya sana dhidi yetu, basi tunaumizwa na tunaendelea kujitetea. Lakini Mungu anasema, kwamba amani ya Mungu ipitayo akili zote, italinda mioyo yenu na akili zenu kupitia Yesu Kristo.

Wacha tugeukie 1 Wakorintho 13

1 WAKORINTHO 13: 4-8 INASEMA: "UPENDO HUVUMILIA, uvumilivu, na fadhili; upendo kamwe hauhusudu wala hauchemuki kwa wivu, haujisifu au hauna majivuno, haujionyeshi kiburi. Haijivuni, (kiburi na imejaa kiburi); sio mbaya (isiyo ya adabu) na haifanyi bila kupendeza. Upendo wa Mungu (upendo wa Mungu ndani yetu) hausisitiza juu

ya haki zake au njia yake mwenyewe, kwani sio ya kutafuta mwenyewe; sio ya kugusa au ya kukasirika au ya kukasirika; haizingatii uovu uliofanywa kwake, (haizingatii uovu ulioteseka). Haifurahii udhalimu na udhalimu, lakini hufurahi wakati haki na ukweli vinashinda. Upendo huvumilia chini ya kila kitu na kila kitu kinachokuja; iko tayari kuamini bora zaidi ya kila mtu, matumaini yake hayana kifani chini ya hali zote, na huvumilia kila kitu (bila kudhoofisha). Upendo haushindwi kamwe, (hauondoki kamwe au kuwa wa kizamani au unafikia mwisho). Ama unabii (zawadi ya tafsiri ya mapenzi ya Mungu na kusudi), itatimizwa na kupita; kwa lugha, wataangamizwa na kukoma; kwa habari ya maarifa, yatapita; (itapoteza thamani yake na itasimamiwa na ukweli). "

Tunaishi katika saa ya Roho wa Kweli. Ninaamini Roho wa Kweli atachukua nafasi ya vitu hivi vingine. Ninaamini Mungu analeta nguvu katika maisha yetu ili tuweze kujua ukweli - ili tupate kutembea katika ukweli na kutii ukweli. Na ametupa amani Yake, ambayo ni zaidi ya kitu chochote ambacho tunaweza kuelewa. Upendo wetu wa kibinadamu haulinganishwi na upendo wa Mungu. Tunashindwa nayo. Tunaathiriwa nayo. Hisia zetu zinahusika nayo, na huvunjika moyo. Lakini ikiwa tutamruhusu Mungu kuondoa vitu hivi maishani mwetu ili upendo Wake safi uwe ndani - Upendo wake safi ukijibu kila hali - basi hatutaathiriwa na hali hiyo. Ninakupa kwamba ni ngumu sana kwetu, mara nyingi, kunyamaza wakati tunahisi tunahitaji kuzungumza. Ni ngumu kwetu kutokuwa na hasira wakati hali zinatokea ambazo zinatujaribu kikomo. Mungu hukasirika, pia, kumbuka kwamba; lakini hasira yake ni tofauti na hasira ya mwanadamu. Hasira yake ni tofauti. Hasira zetu zina vitu vingi ambavyo upendo wake hauna. Hasira ambayo hutoka kwetu haijapewa na Mungu, zaidi. Wakati mwingine Mungu atakuja kwa hasira yake, lakini anatuambia kwamba anataka upendo wake uchukue nafasi ya upendo huu wa kibinadamu ambao sio mzuri. Ni ya ubinafsi, ni ya ubinafsi, ni ya kutafuta-kibinafsi, ni mambo haya yote - ni ya wivu, ni ya kujitukuza, inajisifu na inajivuna. Lakini upendo wa Mungu haufanyi yoyote ya hayo.

11. **Mungu Anatukamilisha na Upendo Wake**

Lakini, unajua haujifunzi hii mara moja. Unajifunza kwa kusindika. Tunajifunza kwa usindikaji ambao Mungu anafanya katika maisha yetu. Nakumbuka wakati maishani mwangu wakati Bwana aliniambia, "Huwezi kumpenda mumeo, huwezi kuwapenda watoto wako zaidi ya vile unavyompenda mgeni anayekuja huko."Kweli, hiyo ilikuwa "ukuta" mzuri. Ninawezaje kufanya hivyo? Ningeweza kufanya hivyo ikiwa tu ningemruhusu kuchukua kutoka kwangu kile ambacho hakifanani naye, sio upendo wake. Tunapendana sisi kwa sisi, lakini inaweza kuwa sio upendo wa Mungu; inaweza kuwa ni jambo tu tunalohisi sisi kwa sisi. **Lakini wakati tuko upendo wa Mungu ndani yetu**, basi tunahisi tofauti. Mungu hufanya kitu ambacho kinatusaidia katika hali yoyote ambayo hatujui jinsi ya kushughulikia. Naweza kukuambia mahali hapa tuna nyakati za kujaribu. Kujaribu nyakati na mtu mwingine; nyakati za kujaribu na watoto wetu;

Lakini kwa upendo wa Mungu maishani mwako, unajaribu kuwa mwangalifu kuhusu kile unachosema, unachofanya, na jinsi unavyotenda. Wengine wetu hawaonyeshi mfano wa upendo wa Mungu sana, sivyo? Ni wangapi wanayajua hayo? Unajua hiyo. Na wakati mwingine wakati hauonyeshi mfano wa upendo Wake, waalimu hukasirika, shule zinararuliwa na roho zinaendesha kila mahali. Halafu lazima tuingie na kuomba, na kuiondoa. Vema Mungu anakukamilisha wewe pia, kwa upendo wake. **Na siku moja utaweza kusimama katika kusanyiko la watu, na mtahisi upendo wa Mungu kwa kila mmoja, kwa sababu Yeye atachukua kila kitu kingine maishani mwetu - ikiwa tutamruhusu.**

JAMBO MOJA JUU YA BWANA, WAKATI MWINGINE tunateleza; tunasema na kufanya mambo. Lakini mara tu tunapofanya, jambo fulani hufanyika. Ni wangapi wanayajua hayo? Hivi karibuni tunajua kwamba kweli hakuwa Bwana, lakini ilikuwa athari zetu wenyewe. Mungu anatukamilisha kwa amani yake; Yeye anatukamilisha katika upendo wake. Alisema vitu hivi vyote vitapita, lakini upendo Wangu hautapita kamwe. Amani yangu haitapita kamwe. Furaha yangu haitapita kamwe. Mungu anataka kwamba chini ya hali yoyote na kila hali tupumzike kwa amani yake, tunapumzika katika upendo wake, na tunayo furaha Yake; **katikati ya kila aina ya hali, Bwana atatulinda.**

Alikuwa anasema hapa,..na amani ya Mungu ipitayo akili zote itawahifadhi mioyo yenu.... Si mioyo tu bali roho pia... katika jina la Yesu. Hivi vitu havitabadilika.Mbingu na dunia vitapita lakini Yesu Alisema, " Neno langu **halitapita**" na kile ambacho anafanya maishani mwetu ni cha milele,Amina? Anatutolea vizuizi, Anatutolea vitu vingine kuwa tukifundishwa hapa tunaweza kuenda kwa nchi zingine. Ni kitu cha maana kuwa tunafundishwa kwanza kwa vitu tuitavyo vidogo. Ni cha maana pia kuwa upendo wa Bwana ndio unaoongoza maisha yetu.Ni cha maana tena kujua kuwa upendo wake na amani na furaha yake vipo, kwa sababu vikituemo ndivyo vitakavyoambia watu huko nje kuwa Yesu anawapenda.Na ndio sababu tunafaa tumkubali yesu aondoe uchafu ndani yetu na tuwache mwili uende,ili tuwe na upendo wetu ndani yake.

Hatuonyeshi mfano wa Mungu tunapoenda kukaa kwa hasira,kwenda njia zetu sisi wenyewe au kufanya vitu vyetu wenyewe.Mungu anataka tuje kwa uhusiano naye.Na upendo amani na furaha yake ili tutiririke vyema kwa vile Mungu anavyo vyetu. Upendo,amani na furaha yake ninaweza kukuambia ya kwamba nina uvumilivu mwingi mno kwa miaka 80 kuliko ule niliokuwa nao nikiwa na miaka 40. Kinachohitajika tu ni kuamua na kuacha Mungu abadilishe maisha yako. Na inaweza kutendeka haraka sana tukiacha vitu vya kimwili kuondoka ndani yetu.

III.Upendo Wa Mungu Hauhitaji kubadilishana Na Kitu Chochote.

Tunaumizwa na upendo wetu na pia tunaiumiza.Upendo wa Mungu hautuumizi.Upendo wa Mungu hautarajii malipo yoyote.Inafikia kila mmoja na haihitaji malipo yoyote.Ukitaka kulipiwa, hapo kuna tama yako na upendo wako.Mungu anasema, Ustarajie kitu chochote kutoka kwa mtu yeyote, uwapende na upendo wa Mungu, Na watajibu na upendo wa Mungu.Lakini tukionyesha kitu kingine, tunazuia kile ambacho Mungu anatakiwa kufanya na kile anataka tuwe.Anataka upendo wake utubadilishe. Ni kwa ajili yetu.Upendo wa Mungu haujioni,si wa kiburi,haifutuki na fahari,si wa kifidhuli, haujitafutii vyake,si uchoyo n.k. tunahitaji huo sivyo? Tunahitaji huo upendo kwa sababu hivi karibuni mtu atakufanyia jambo, Na kitu kitaamka ndani yako ili kujikoa

Miaka mingi huko nyuma, Mungu alikuwa bado anafanyakazi ndani yangu, na nikasema lakini Mungu "sistahili hivyo" Ni wangapi wetu ambao tumeshaawahi sema hivyo? " Mungu sistahili kufanyiwa hivyo" nilikuwa msumbufu sana kuhusu jambo hilo kwa sababu nilijua kuwa niko mwema.Lakini Mungu akaniambia , haijalishi kama unastahili au haustahi, achana nayo"

    Hiki ndicho kinachotendeka nasi.Tunafanya vitu kinyume na Mungu anasema "achana navyo"Upendo wa Mungu hautii maanani kwa hivyo, Mungu atakupatia.Kulikuwa na mwanaume mmoja ambaye tumekuwa tukisaidia kwa muda mrefu, Alikuwa mhubiri. Tulikuwa tunamsaidia kumtoa kwa shida moja hadi nyingine, Tuliomba nao na familia yao kuondoka kwa vitu hivyo, na kama angeongea kuhusu mimi ange sema " Huyo mwanamke"…. " huyo mwanamke.." unajua…, Kwa miaka yote niliyomsaidia, nikasema Mungu wangu, mpaka lini nitasaidia huyu mwanamume na hata nisiheshimiwe hata kidogo? Hakukumbuka hata jina langu baada ya kumsaidia miaka mingi.

    Yaa, wakati mwingine hivi vitu tunakutana navyo, lakini tunafanyaje? Nilisema tu Bwana ninadhani nimemsaidia kwa wakati mwingi, lakini Mungu hakuona hivyo,Siku moja nilisema ninaenda kuweka kufuli kwa mlango wangu na sitaki kufungulia wanaokuja usaidizi tena. Nilimwambia

Mungu mara kadhaa na Mungu akaniambia kuwa hautafanya hivyo.

Upendo wa Mungu ndio unafaa uende nje na ubadilishe mioyo ya watoto, wanawake, wanaume na kila mmoja. **Upendo wa Mungu utaikamilisha.** Hatuwezi kuifanya kwa kuwapiga kuwagombanisha au kuwaletea kelele, haiwezekani hivyo.wakati mwingine tunahisi hivyio lakini haiwezekani hivyo.

Upendo wa Mungu unavumilia kila kitu.

Kuna wakati ambao Mungu anasema inatosha. Kuna watu wachache ambao Mungu ameniletea maishani mwangu na baadaye akaniambia usihusiane nao tena., nashukuru Mungu si wengi.Kwa sababu Mungu aliniambia inatosha, tuliachana nao na hao watu hawakwenda mbali na wokovu.Walirudi nyuma kwa sababu Mungu alijua kilicho moyoni mwao.Mungu alijua kile walichokuwa wakimfanya kinyume na vyake na kinyume na roho mtakatifu, upendo wake na hata neno lake.

IV.Upendo Una Uvumilivu Na Utulivu.

Mungu anataka kujenga upendo huu unaovumilia na wenye utulivu. Watu wengi haswa vijana hawana uvumilivu kabisa, Lakini uvumilivu ni kitu uanjifunza baada ya kutulia. Wakati mwingine ninasikia manung'uniko hadi mengine,na ninaweza kusema kuwa hawavumilii chochote na hawana upendo ambao umetulia na ni wa ukarimu.Tunafaa leo tusikie neno lake na tuseme, " Bwana nijaze leo na upendo wako.jaza moyowangu,Roho yangu na pia mwili wangu na upendo wako."

. . .

INABIDI IWE MFANO HADI MWINGINE, MFANO HADI mwingine.Laini baada ya nyingine na laini baada ya nyingie.Hapa kidogo na pale kidogo.**Mungu atabadilisha maisha yako.**Hiki ndicho kitu kigumu sana mtu anaweza kukifanya. "Anasema, Nina weka tu upendo wangu ndani yako,Ili mkienda kwa nchi zingine watajua kuwa mumetumwa na mimi, Na kuwa upendo wangu uko ndani yenu na watajibu kupitia kwa upendo huo.Kila mwanadamu iwapo tu wanaongozwa na nguvu za shetani kabisa, upendo wa mungu junawaadhiri.Mungu anatuita kuombea na kupenda watu wengine na kushikilia neno lake hata kama hali inaonekana kama si nzuri mno.Mungu ni mwaminifu na tunafaa tubaki waaminifu kwake na tukumbuke neno lake.

KWWA KUMALIZIA WAPENDWA, CHOCHOTE KILICHO CHA ukweli,uaminifu, usafi,kinachopendeza,kilicho na ripoti nzuri,chema, kama tuna sifa yeyote,tafakari juu ya hivi vitu.Vitu ambavyo tumejifunza na kupokea, pokea na kupata ndani yangu.Paul alisema …. " tenda" hakusema, Umewahi nisikia" Sasa nisikilize, "Ulichosikia na ulicho ona ndni yangu…..Mungu wa neema na awe pamoja nanyi.

Mahali hapa Mungu anaingiza neno lolote analo nena ndani yetu.Una ruhusa kuipokea na pia una ruhusa kuifanya liwa lako, kwa sababu analikupa. Kwa hivyo kama unataka kupanda juu kidogo kwa upendo wake,ipokee.Anakupa, kwa sababu Paulo ansema, " Mlicho sikia, nilicho sema na nilichokinena nanyi……,Paulo alikuwa mfano.ambamo Mungu alionyesha watu wake upendo na neno lake.

. . .

SASA NINANENA KWAKO KUWA ANAENDA KUKUJARIBU. NINAJUA, kwa hivyo uwe na ukarimu kwa kila mmoja wenu, moyo wa huruma,msameheane kama Mungu kwa ajili ya Yesu alitusamehe.Amen? Halafu mpendane na upendo wa Mungu na haitarudi vivyo hivyo.Hatutakuwa na uchungu lakini inaenda kutiririka kutoka kwako hadi kwa wengine

Tulipoenda Afrika na India Mungu alitutuma kwa sababu alikuwa ametutayarisha.kwa hivyo tulipolia, hatungeogopa chochote.**Alitutayarisha na upendo wake** kuwa tulipoenda wangejua kweli alikuwa Mungu.Tulienda katika vijiji mbalimbali na hata kijijini mwa waislamu na hata mwanaume ambaye alitupatia jipu lake alikuwa mwislamu.na mhubiri aliye kuwa pamoja nasi akasema kuwa "hatutakuwa hapa kwa muda mrefu" kwa sababu walikuwa waislamu.unajua ni nini kilcho tendeka, " Nilisema, Mungu unipe neno ambalo litaguza mioyo ya watu." Na A lifanya.! Na awalipatia Yesu maisha yao.Walitoka kwenye uwanja na wakaendelea kuja.Kulikuwa na mwanaume mmoja aliyekuja na mkewe.Na Mungu akaniambia niwape bibilia ili wakuze na kuongoza watu kupitia kwa uongozi wa roho mtakatifu.walisimama hapo na machozi yakawatoka na wakasema kweli huyo ni Mungu kwa sababu alikuwa amaeshaaa wahi nena nao.Tulikuwa tuondoke sasa kwa sababu hatungeishi.Hatujui ni nini kilitendeka lakini tunajua kuwa Mungu alichagua mtu ambaye angeendeleza kazi yake.Hakuna jhata siku moja ambayo walisema kuwa hakukuwa Mungu ambaye alitutuma, huu ni ukweli katika maisha yetu na ilikuwa upendo wa Mungu.Na Paulo akasema "....ifanye" ...."Ifanye."

. . .

V) **Jambo Kubwa Kwa Haya Yote Ni Upendo.**
Ninashukuru Mungu kwa kile ambacho anafanya kwa mioyo ya kila mmoja wetu. **Tuuchukue.**Inatunabidi tuendelee. Tunafaa tuache upendo wake uchukue nafasi ya kila kitu tulicho nacho ambacho hakina maana maishani mwetu. Haitafanya kazi ni upendo wa Mungu tu ndio utafanya hapa.,Ni furaha yake tu ambayo itafanya kazi; ni Amani yake tu ambayo itafanya na kitU kikuu sana ni upendo.

Mungu anataka kutuleta katika uhusiano huo ili tufanye vitu vya uhakika tunapo shughulika na watu au watoto wachanga.ili tusiwaumize lakini upendo wake uzidi kila kitu ndani yetu.Lakini ninaamini kuwa Mungu anatuleta mahali naye Ambapo patatuletea tuelewe na pia tuwe wavumilivu na kila hali.**Na Mungu anataka kuweka upendo wake ndani yetu na aondoe mchanganyiko.**Ili atupe nguvu na atutume huko nje na tuirudishe mioyo ya kila aina uaminifu kwake kwa sababu yeye ndiye atakayeifanya.Tunafaa tu tumwache Mungu aijfanye.Paulo akasema wacha msimamo wako ujulikane na watu wote kwa sababu Mungu yu karibu kuja na ikiwa alihisi kuwa yu karibu kuja, Tunabidi kutayarisha mioyo yetu ili atutumie kuguza maisha ya watu wengine.

MAOMBI YA KUFUNGA.

Baba, Tunakushukuru kwa ajili ya neno lako, kwa ajili ya Yesu kuwa ulipitia kutupa upendo wako.uliupenda ulimwengu kabisa kuwa ukamtoa mwanao wa pekee, na Yesu akatupenda sana na hata akatufia.chukua nafasi kwa mioyo yetu, miili yetu yote.ingiza upendo ndani yetu

Yesu.Wacha hivi vitu vyote vipite lakini upendo wwako ubaki ndani yetu. Tunakushukuru kwa ajili ya neno lako na kile ambacho umetenda ili upendo wako uwe ndani yetu.

Ili tuwafikie wale ambao hawapendwi,wasio kuwa na usaidizi Mungu tufundishe njia zako ili tutembee ndani yazo na pia tutimize neno lako.Wacha izizime ndani yetu, tuitamani zaidi kuliko kitu kingine chochote ili upendo wako ujaze kila pahali pa mwili wetu na watu wauone ndani yetu.

Bariki kila mmoja wetu aliye mahali hapa, Wacha upendo wako uingie ndani yao na uwache hivi vitu vingine vipite.Tufanye tuwe watu wako ambao wana kutamani hata zaidi nchini humu ili ututumie kuleta watu kwa Yesu.Bwana tunakushukuru kwa kuingiza neno hili ndani yetu, kukuza roho wako ndani yetu na tuna kupa adhama na tuna kupa sifa kwa kila kitu ambacho unafanya nab ado unafanya.Tunakushukuru pia kwa kazi yako ambayo imeshaa kamilika na kwa upendo wako ukuu. Katika jina la Yesu tunauliza na adhama yako. Amina.

HAKIKI: KUJA JUU SANA KWA UPENDO WAKE

Ukweli au Uwongo.

1. …………..Mungu anataka kubadilisha maisha yetu na upendo wake na tusiwe na upendo wa kibinadamu- Tunapoelewa kuwa upendo wa Mungu unapita upendo wote.

2. ……..Upendo wa mwanadamu uliochanganyikiwa na ule wa Mungu ndio upendo wa kweli.

3. ……Mungu anataka kuondoa upendo wa kimwili na aingize upendo wa Mungu ndani yetu ambao hauwezi kuadhiriwa na hali yeyote.

4. …Upendo unadubu kila kitu kinacho kuja

5. ……Tunaishi kwa wakati wa Roho wa Bwana wa jukweli.

6. ……Upendo wa Mungu unafanya kazi ndani yetu kwa mwendo.

7. ….. Mungu anachofanya ndani yetu ni cha milele.

8. ….. Tunapofundishwa kwenda nje kwa nchi zingine ni cha muhimu kuwa tufundishwe kwa vitu vidogo vidogo kwanza.

9. ... Mungu anataka upendo wake uchukue nafasi ya upendo wa Mungu ambao ni ya uchoyo, unajitarajia, unajitafutiailiyo na wivu,unaojifakkirisha, unaojinata na ulio wa kiburi.

….. wakati mwingine huwa na hasira ila tu upendo wa Mungu.

11.… Kinachochukua tu ni uamuzi kuacha Mungu akubadilishe.

12.….….. Wakati mwingine hata Mungu Anahitaji kitu baada ya kukupa.

13.……Mungu Anataka upendo wake uwe na mabadiliko ndani yetu lakini ni kwa ajili yetu.

14.…….. Upendo wa Mungu ni usafi.

15. …. Upendo unavumilia kila kitu na kila hali inayo kuja.jiko tayari kuamini wema katika kila mtu tumaini lake halififishi katika kila hali. Na inavumilia kila kitu.

16. ……Uvumilivu ni kitu unachojifunza kwa kutulia.

17.………… Mungu anatuita kuomba, kupenda kila mmoja wetu,kushikilia neno lake, kuonyeesha upendo wake hata kama hali si nzuri mno.

18 ………… Tunafaa tuache upendo wake uchukue nafasi ya vitu vingine ambavyo si vikuu maishani mwetu au kwake.

19.…..Mungu anataka kuweka upendo wake ndani yetu na aondoe mchanganyiko ili atupe nguvu kwenda huko nje na turudishe mioyo ya kila imani kwake.

20.…..Mungu anatuleta mahali naye ambapo itatuletea kuelewa na uvumilivu katika kila hali.

21.….. " vile vitu ambavyo mmejifunza,pata,sikia na mmeniona nikifanya, Mungu wa amani awe pamoja nanyi.

22. ………Hauna ruhusa kupata kuingiliwa kwa neno la mungu.

23. ……..Mungu atafanya kila kitu hatuhitaji kuingilia.

24 ……..Mungu ni mwaminifu kwetu hatuhitaji kuwa waaminifu kwake.

25………..Mungu atatutayarisha ili akitutuma huko nje, hatutaogopa kamwe.

CHAPTER 13
TUTAPATA WAPI NENO?

MFULULIZO WA VIFUNGU VYA UJENZI: **Tunapata wapi Neno? - Je! Umeitwa au Ulienda?** .

JE, WEWE UMEITWA?

Kila mmoja wetu anayependa na kutumikia Mungu aliiitwa kwa sababu, Tumepewa vipawa maalum na uwezo ili tutimize mpango wake maishani mwetu.kila mmoja wetu ana wema tofautiWatu wengine wanapenda kuelezwa kwa undani na wengine hapana.Wachache wamepewa zawadi ya kukimbia na wengine kuimba.Kuna wengine ambao wangependa kusoma na wengine kuendeleza tu kilichoumbwa.**Wote tuliumbwa kwa sababu maalum kwenye ubongo wetu.**

Zaburi 139:13-18.

13. Maana wewe ndiwe uliyeumba mtima wangu, uliniunga tumboni mwa mama wangu.14. Nitashukuru kwa sababu nimeumbwa kwa njia ya ajabu ya kutisha, matendo yako ni ya ajabu.na nafsi yanguu yajua sana.15.Mifupa

yangu haikusitirika kwako, Nilipoumbwwa kwa siri,Milipoungwa kwa ustadi pande za chini za nchi.

16.Macho yako yaliniona kabla sijakamilika siku zangu zetu za maisha ziliandikwa zote pia, Siku zilizoamriwa kabla hazijawa bado. 17. Mungu fikira zako zina dhamani kubwa kwangu,; Kwa ujumla!

Nabii, Yeremia, aliitwa kutoka tumbo la mama yake (Yeremia 1: 5) Paulo alisema Mungu alikuwa "amenitenga kutoka tumbo la mama yangu" (Wagalatia 1:15) Wengine, kama vile Isaya, walikuwa na wakati maalum ambao Mungu aliwaita . Kwa mfano; Abraham, Gideon, Ezekiel na wengineo. Tunaweza kuwa na hisia kwamba tumeitwa na Mungu tangu tukiwa wadogo, au inaweza kutushangaza kabisa.

WARUMI 10:15 NA WATAHUBIRIJE **WASIPOTUMWA?** KAMA ilivyoandikwa, Jinsi ilivyo mizuri miguu yao wahubirio habari njema ya amani, na wanaokuja na habari njema ya mambo mema!

USIFIKIRIE KUWA WITO WAKO UNAHUSIANA NA SIFA ZAKO, uwezo wako, mafanikio yako au hata kutembea kwako na Mungu. Umeitwa na Yeye na umeumbwa kwa kusudi Lake. **Kupata kusudi Lake kwako ni tofauti kati ya kujitahidi kwa nguvu zako mwenyewe na kutiririka kwa Roho** Wake. Utapata matunda na utimilifu mkubwa wakati "unakaa ndani ya mzabibu" na unapata chanzo cha nguvu na mwongozo wako kutoka Kwake. Unapokaa katika kile alichokuitia na ufanye na upako wake utajikuta unapita kwa Roho wake.

Wacha tukague - Je! Umeitwa?

Hebu Tufanye Uhakiki: *Umeitiwa?*

NITAPATA WAPI NENO?
Neno la Mungu ni **kitu ambacho hutoka ndani yake.** Na si kwa akili zetu, Akili zetu kila mara zinalishwa na kile ambacho tumesikia na kile ambacho tunafikiri.Ni kile ambacho anaongea kuhusu hali ndicho cha maana. Kila mara tumeadhiriwa na hali na majibu yatu kwake.Tunaweza kuchukuliwa haraka na watu, vile ambavyo wanasema au fanya.Lakini tukimkubali Mungu atuongoze, tunaweza kufundishwa kuelewa sauti yake na pia kuelewa kudunda kwa moyo wake.Tukijenga uhusiano wetu naye kila mara , kumsikia akinena na hata kila mara.

Hapa kuna vitu tofauti ambavyo vinaweza kutuwezesha kuhusiana na Roho mtakatifu anayetutayarisha kuwa "kinywa chake".

- Uwe mpya kila mara.Ujijenge mahali patakatifu pa imani (Yuda 1:20-25.)
- Uwe na **wakati wako** wa kunyamaza.
- Omba, usifu,usome utafakari,na uhusiane na wengine.

Maombi ni kuzungumza na Baba yako na kusikiliza majibu yake. Inawasilisha maombi yako, mahitaji na changamoto na pia inashiriki furaha yako na shukrani. Wafilipi 4: 6 Msiwe na wasiwasi juu ya kitu chochote. Badala yake, katika kila hali, kwa njia ya sala na ombi na shukrani, mwambie Mungu maombi yako.

Kuombea ni kusimama katika pengo kati ya Mungu na watu wake. Ni kuomba kwa Roho Mtakatifu kulingana na mapenzi ya Mungu kwa watu wake. Tunapoomba kwa Roho Mtakatifu, mara nyingi tutahisi moyo Wake na kulia kwa kile kinachomfanya alie.

Warumi 8:26 Vivyo hivyo, Roho hutusaidia katika udhaifu wetu, kwani hatujui jinsi tunavyopaswa kuomba, lakini Roho mwenyewe hutuombea kwa kuugua kusikoelezeka.

Kuabudu ni kuruhusu kiumbe chako chote kieleze jinsi alivyo mkubwa, wa kushangaza, wa kushangaza, mwenye fadhili, wa thamani, mwenye haki, mwenye haki na mzuri. Anakutana nasi katika ibada. Ibada husaidia kutukumbusha jinsi Mungu wetu alivyo na upendo na mkubwa na kuweka mahitaji yetu katika mtazamo.

Kujifunza ni kuangalia kwa undani katika neno la Mungu; Kulinganisha maandiko na maandiko.

Kutafakari ni kuzingatia ukweli fulani au sifa ya Mungu na kwa maombi fikiria eneo hilo la ukweli.

Kuandika ni kuandika maombi yako ya maombi, chochote Mungu anazungumza na wewe, mistari ambayo inakuwa ya maana na mawazo ambayo yanakujia wakati wa kutafakari.

. . .

KUSHIRIKIANA NA MUNGU NI KUFANYA UWEPO WAKE maishani mwako bila kujali unafanya nini na kinachotokea karibu nawe bado unaweza kumtambua. Shiriki kila hitaji, kila furaha na kila wasiwasi. Sikiza sauti yake na uwe nyeti kwa msukumo wa Roho Wake.

Wacha tukague - *Nitapata wapi Neno?*

JINSI YA KUJIFUNDISHA NENO LA MUNGU.

Unapotumia wakati katika neno la Mungu, utajazwa na kubadilishwa na utakuwa na mengi zaidi ya kuwapa wenzio

Jifunze kupitia kwa somo. Mfano, Vitu vikuu vya wokovu. ubatizo wa maji.

Mpangilio. Historia na jinsi matukio yanatiririka.

Jifunse neno kwa neno. Kupitia kwa bibilia.

Jifunze watu. Tabia za watu au pahali pa bibilia panaweza kupendeza

Neno la kujifundisha. Maana na ufafanuzi unaweza kutusaidia kuelewa ukweli tukiacha roho wa Bwana kutuhudumia na kutuongoza kwa kuelewa kuzuri.

Ufunuo. Kila mara Mungu atafunua mioyo yetu kupokea na kuelewa kitu ambacho kilitufanya tuwe vipofu na sasa tunaona. Hiki kikitendeka ni vyema sana kupata ayah ii kwenye bibilia.

Msukumo. Hapa ndipo moyo wa Mungu anakutia Moyo na kukuuinua na atakusaidia kupita katika hali ngumu na pia kukusaidia kufanya kazi na watu ambao ni wagumu mno.

Ahadi. Kuna maelfu za ahadi kwenye Bibilia na ni zetu

kuzisimamia. Ahadi nyingi zina "ki".tukiangalia "ki" na tuitimize, Mungu naye atafanya sehemu yake.

Tia nguvu imani yako Na upate kutiliwa moyo. Aya moja tu kwenye bibilia inaweza kukufanya kuinua moyo wako juu ya shida nyingi.

Kuongozwa. Kanuni tuko na nyingi katika bibilia.tukizitumia, tutakuwa watajiri na tufaulu kwa kila kitu tunacho fanya.

Mambo ya kuzungumzia na matukio ya kisasa. Soma neno la Mungu linavyosema kuhusu mambo ya kuzungumzia.Muda na watu wanabadilika lakini neno la muungu halibadiliki.Kuna jibu la kila shida tunazozipata na jibu hilo linapatikana katika bibilia.Tukiongoza wwatu katika neno lake tutakuwa tumesimama kwenye mwamba.

WACHA TUFANYE UHAKIKI: *JINSI YA KUJIFUNZA NENO LA BWANA.*

Watu Aina Tatu.

Kila mtumishi wa Mungu anahitaji watu watatu maishani mwake.

Wote tunahitaji watu maishani mwetu. Hakuna mtumishi aliye maridhawa ama kisiwa. mtumishi pia anahitaji kuhudumiwa. Wote tunahitaji kutiwa moyo, ukombozi na uwabijikaji.ndio kuhudumia wengine ukiongozwa na roho mtakatifu huturudisha upya tena.Lakini tukiweka kwenye uwiano, tunahitaji wenzetu.watu wagumu,walio na furaha,walio na upendo na pia wanaotupa changamoto.

Watu watatu ambao tunafaa kuwa nao. Tunafaa tuwe na **wanfunzi** kwa sababu tunafaa **tufundishwe** na tunataka

kuabudu. Ni kitu kikuu sana kujua Mungu na pia kumwelewa. Lakini pia tunafaa tuhusiane vyema na watu. Watumishi wengi hawawiani vizuri na maisha yao haswa wakikosa amani na familia zao, marafiki, wafuasi na ha wafanya kaze wenzao.

Ni muhimu sana tumjue Mungu na kuelewa neno lake. Lakini lazima pia tuhusishe vizuri na watu. Mawaziri wengi wanakuwa na usawa katika maisha yao ikiwa hawana uhusiano mzuri na familia zao, marafiki, wenzao na kondoo wao. **Labda kuna mgawanyiko zaidi katika miili ya kanisa unaosababishwa na tofauti za kibinafsi kuliko na maswala muhimu ya mafundisho.** Wacha tuwe bora katika kupenda watu.

WACHA TUANGALIE AINA TATU TOFAUTI ZA UHUSIANO AMBAZO ZITATUSAIDIA KUWEKA USAWA.

Watu tunaowahudumia. Vijana hawawezi kukua peke yao. Wanahitaji mtu wa kuwachukua, kuwaongoza na kuwafanya wanafunzi. Hii haimaanishi katika Kujifunza Biblia tu bali katika maisha yote. Watu watakua bora wanapokuwa na Mama au Baba wa Kiroho. **Wanafunzi wachanga watapinga imani yetu na watambue matembezi yetu.** Wao ni wazuuri kwa "afya" yetu. Watatuweka vijana na wenye nguvu.

WATU AMBAO NI SAWA NA SISI, MARAFIKI WETU, AMBAO tunaweza kuwa nao wenyewe na ambao wanaweza kutukumbusha jinsi wanavyotuona. Wakati sisi ni "kuwa tu sisi wenyewe" je, sisi bado ni wacha Mungu? **Marafiki wetu**

wataona upande wetu tofauti na kondoo wetu. Sio afya kwa mtu yeyote kuwa katika jukumu la mchungaji au kiongozi wakati wote. Kuwa na uhusiano wa kiafya na marafiki kutatusaidia kuweka asili ya kiroho na asili kiroho.

WATU AMBAO HUTUSHAURI NA KUTUWEKA KWENYE UWAJIBIKAJI. Wale ambao wanaweza kutupigia simu na kuturekebisha tunapokuwa nje ya njia. Wale ambao wanatuhudumia na kutulisha. Manabii, Walimu, Waombezi na Mitume.

UTAMADUNI WETU HAUWEZI KUELEWA KANUNI YA UANAFUNZI na ujifunzaji ambao ulikuwa wa kawaida wakati Yesu alikuwa duniani. Wakati Yesu aliwaita wanafunzi wake walihisi kuwa ni **heshima kubwa k**uchaguliwa na "Mwalimu au Rabi" kufundishwa kuwa "kama mwalimu wake". Hata wanafamilia wangefurahi kwamba mmoja wa familia yao alichaguliwa.

VITU VINGI SANA AMBAVYO TUNAJIFUNZA MAISHANI "vinashikwa zaidi ya kufundishwa". Ni wakati tunapitia changamoto pamoja na mtu mwingine ndio tunajifunza bora. **Mikono juu ya mafunzo itatusaidia zaidi kuliko ufundishaji wa darasani.** Tuna walimu wengi, lakini sio "Wababa" wengi. Paulo alisema, "Nimekuzaa wewe kupitia injili."

. . .

1 Wakorintho 4:15 Kwa maana ijapokuwa mnao waalimu elfu kumi katika Kristo, lakini hamna baba wengi; Tutabarikiwa sana wakati tutapata Baba au Mama wa kiroho ambao "watatazama roho zetu" na kuzungumza katika maisha yetu.

Wacha Tufanye Uhakiki: *Watu wa aina tatu.*

HAKIKI: NI WAPI TUTAPATA NENO?

Je, Umeitwa?
   1. Taja uwezo 10 ambao Mungu amekubariki nao.
   2. Je umewahi pewa maneno ya unabii kuhusu kuitiwa kwako? Andika muhtasari ambao umepokea.
   3. Ni wapi sehemu ya kikristo ambayo inakupendeza. Ni aina gani ya watu ambao unafuata na kutamani. Ni mhusika gani kwenye bibilia ambaye ungetamani kuwa kama yeye?

Nitapata wapi Neno?
   1. Taja vitu ambavyo unafanya kwa wakati wako kila mara?
   2. Chagua kitu kipya kwenye kazi yako halafu uongeze kwa muda wako na Mungu. Andika Mpango wa kuanza kuongeza vitu hivi kwa wakati wako.
   3. Unajihisi ukisonga karibu na Mungu? Ni njia ipi unayo panga kutumia kusonga karibu na Mungu.
   4. Chagua andiko ambalo limekuwa la muhimu sana hivi juzi na uandike jinsi limekua la muhimu kwako.

Jinsi Ya Kujifunza Neno La Mungu.

1. Soma zaburi 119 Taja ni mara ngapi unapata Daudi akishiriki na neno la Mungu?

2. Chagua mbinu ambayo haujawahi kutumia na ueleze jinsi ambayo unatarajia kuingiza katika kusoma kwako Bibilia.

Watu Aina Tatu.

1. Angalia katika maisha yako. Taja watu ambao unao kwa aina hii ya uhusiano ya watu hawa watatu. Kama una nafasi iliyo tupu, fanya mpango na uiandike.

2. Eleza kinachomaanisha Paulo akisema kwamba " Niliwazaa kupitia kwa injili."

3. Eleza kinachomaanisha kufundisha mtu.

JARIBIO: MAHALI PA KUPATA NENO

1. Ukibaki kwa kile ambacho amekuitia kufanya na utembelee kwa upako wake, utajipata ukitiririka kwa moyo wake.
   a. Ukweli.
   b. Uongo.

2. Mungu anatuita kwa sababu ya uwezo wetu maalum na masomo yetu.
   a. Ukweli
   b. Uongo.

3. Tunaweza anza kusikia sauti ya Mungu vyema na kila wakati tuki;
   a. Sikiliza nyimbo za kubudu kadhaa wa kadha
   b. Uwe na uhusiano wa karibu naye.
   c. tujlishe akili zetu na vitu ambavyo tunasikia na vile tunavyofikiri.
   d. Hakuna jibu lililosahihi.

4. Tunapoomba tukielekezwa Roho mtakatifu, tutaanza kulia kwa kile ambacho kinamfanya alie.

a. Ukweli

b. Uwongo.

5. Kutafakari kwa Mungu inamaanisha?

a. Kukaa na minguu yako kama imeunganwa bila kuwaza chochote.

b. Ondoa mawazo na hisia zako zote.

c. Lenga kwa ukweli wa Mungu na utie maanani kwa jambo la ukweli.

d. Majibu yote ni sawa.

6. Kuwa na uhusiano na Mungu inamaanisha?

a. Kuzoesha uwepo wake kwa kila sehemu ya maisha yako.

b. Kugawanya kila furaha na wasiwasi yako na Mungu.

c. Kuwa makini kwa sauti yake nyororo siku yako yote.

d. Majibu yote ni sahihi.

7. Moyo wako ukifunguka kwelewa kitu ambacho ulikuwa hauelewi inaitwa?

a. Msukumo.

b. Uhusiano.

c. Maombi.

d. Ufunuo.

8. Neno la Muungu likittuhimiza kuhusiana na watu wangumu na hali ngumu inaitwa?

a. Maombi

b. Msukumo

c. Uhusiano

d. Ufunuo.

9. Kila mmoja anahitaji watu watatu maishani mwao ili wawe sawaswa kwa;

a. Kizuri, kibaya.

b. Kondoo, Mbuzi na punda.

c. Washuri, wanafunzi na uhusiano.

10. Wanafunzi wadogo wanatuhitaji na pia watatuletea tuwe wadogo pia na kunyumbulika.

a. Ukweli

b. Uongo

11. Watu ambao ni wa miaka yetu wanaweza kutusaidia kuishi maisha ya kiroho kwa kimwili na kimwili kwa kiroho.

a. Ukweli

b. Uwongo

12. Mikono kwenye kufundishwa si ya maana sana kama kuwa darasani.

a. Ukweli

b. Uongo

13. Tuna baba wengi na wanafunzi wachache.

a. Ukweli

b. Uongo.

14. Unahitajika kutafuta nje na upate mshauri.

a. Ukweli

b. Uwongo

15. Neno unalopeana linatoka kwa neno unalopata.

a. Ukweli

b. Uwongo.

CHAPTER 14
JE, UNAJULIKANA?

Unataka Kuwa Mhubiri? **Lakini kondoo wako wanakujua?**
 Yesu ndiye Mchungaji Mwema.

Kama viongozi tunabidi kujifunza njia zake na kupenda watu wake kama kundi ni lake na si letu.Tunapo hudumu na kuonyesha upendo wa Mungu kwa kundi lake, wataanza kutujua na kutupenda.Uaminifu,Upendo,na utiifu unapokuwa,tunaweza kuingiza busara na masomo ambayo Mungu anatupa kutoka kwa kiti chake cha enzi kwa kondoo zake.

Katika kitabu cha Yokana 10,Yesu anagawanya jinsi alivyo mchungaji mwema na jinsi vile kondoo wake wanajua sauti yake. Pia anatufunza jinsi tunavyoweza **fuata mfano wake na kuwa mchungaji mzuri.**

Yokana 10:4 Naye awatoapo nje kondoo wake wote,huwataangulia, na wale kondoo humfuata, kwa maana humjua sauti yake.

Mchungaji anapolisha kondoo wake na kuzitunza

zinamjua, Mtu mwingine akiziita, hazitaitika au zitakimbia.Mchungaji kiziita zinaitika na kumfuta

Kondoo akihisi njaa, Mchungaji humlilisha,na akiwa na kiu, huzipa cha kunywa.Akigonjeka humtunza hadi kupona kwake.

Yesu ni mchungaji mwema hapa kuna mifano inayomfanya kuwa mchungaji mwema.**Yeye anahusishwa na mahitaji yetu**.Mahitaji ya kimwili na yale ya kiroho.

Zaburi 23 ;1Bwana ni mchungaji wangu sitapungukiwa kitu.2. Katika malisho ya majani mabichi hunilaza, Kando ya maji ya utulivu huniongoza.

Isaya 58:6.(Je?) Sumu niliyoichagua, siyo ya namna hii? Kufungua vifungo vya uovu, kuzilegeza kamba za nira, kuwaacha nuru walionewa, na kwamba mvunje kila nira? 7. Je? Siyo kuwagawia wenye njaa chakula chako na kuwaleta maskijni waliotupwa nje nyumbani kwako?umwonapo mtu aliye uchi mvike nguo;wala usijifiche na mtu mwenye damu moja nawe.

Hebu tujiulize maswali haya;

Kwa Nini Niko Na kanisa?

Kutimisha mambo yangu,kiburi, majivuno

Kusema tu niko na kanisa

Kutimiza tu kuitiwa kwangu

Kupata tu pesa.

Kwa sababu Mungu aliniita.

Kwa sababu nina panda watu na ninapenda kufanya nao kazi.

Je umati wako unakuamini?

Wanajua kuwa Uko Na Nia Nzuri Kuwahusu Akilini Mwa?

Wakati mwingi watu huingia katika jukumu la kuwa mhubiri au kiongozi bila kufikiri vitendo kuwa watalisha na kondoo zao.Tunaelewa kweli kuwa ni jukujmu letu kulisha na kupa kondoo maji na kuzileta mahali ambapo zinaweza kuzalia.

Kama wahubiri tunatayarisha kondoo zetu:

Kuishi;
- Uanzishaji wa msingi.
- Kutubu
- Wokovu
- Ubatizaji wa maji.
- Ubatizaji wa roho mtakatifu.
- Kutumia neno vizuri.
- Kukuwa kiroho

- Endeleza matunda ya kiroho.
- Ishi kwa Roho wa Bwana.
- Peana sakramenti.
- Ushirikiano.
- Fungu la kumi na sadaka
- Osha miguu ya kila mmoja.
- Kukariri neno.

Kuzaa.
- Kanisa ya watoto
- Kundi la vijana
- Funza jinsi ya kuambia wengine kuhusu Yesu.
- Harusi.
- Kuweka wakfu watoto wachanga.
- Kufundisha viongozi
- Kuzaa uungu…..na ufalme wake.

Kupoteza.
- Ungonjwa
- Hospitali
- Maafa
- Mateso
- Kupoteza wapendwa.

UONGOZI
- Shemasi
- Msimamizi.
- Waziri

- Mhubiri
- Mwalimu
- Mwingilisti
- Mtume.

Kama wahubiri,tunakuza waumini ili wakue. Tukiwasaidia kutimiza kuitiwa kwao na roho mtakatifu.Tunafundisha umati jinsi ya kuingia kwenye kupumzika na Mungu na kuishi kwa amani.Tunawaombea kondoo wetu kila mara.

Zaburi 23:3 Huniuwisha nafsi yangu;na kuniongoza katika njia za haki kwa ajili ya jina lake.

Wafilipi 4:9 .Mambo mliyojifunza kwangu na kuyapokea, na kuyasikia, na kuyona kwangu,yatendeni hayo;na Mungu wa amani atakuwa pamoja nanyi.

Jukumu letu si kuweka umati ndani ya chumba lakini kuwakuza na **kuwafundisha kwenda kwa nchi zingine.**

Mfano wa Paulo wa kuwa mchungaji mwema.

2 Timotheo 2:24. Tena haimpasi mtumwa wa Bwana kuwa mgonvi, bali kuwa Mwanana kwa watu wote, awezaye kufundisha mvumilivu.25. Akiwaonya kwa upole wao washindao naye, ili kama ikiwezekana, Mungu awape kutubu na kuijua kweli.26. Wapate tena fahamu zao,na kutoka tena kwa mtego wa ibilisi, mbao hao wametegwa naye, hata kuyafanya mapenzi yake.

Gal4;19 Watoto wangu **ninawatawalia tena na uzazi** mpaka Kristi aumbike ndani yenu.

HEBU TUSOME MATHAYO **25:34-40.**

34. Kisha mfalme akawaambia wale walioko mkono wake wa kuume,njooni mliobarikiwa na baba yangu,

uridhini ufalme mliowekewa tayari tangu kuumbwa ulimwengu. 35.Kwa maana nalikuwa na njaa, mkanipa chakula; Nalikuwa na kiu, mkaninywesha,Nalikuwa mgeni mkanikaribisha.36Nalikuwa uchi, mkanivika, Nalikuwa mgonjwa mkaja kunitazama, nalikuwa kifungoni mknijia. 37. Ndipo wenye haki watakapomjibu wakisema.Bwana ni lini tulipoona ukiwa na njaa tukakataa kukulisha au kiu tukakunywesha?38. Tena ni lipi tulipokuona u mgeni,tukakubarikisha39. Ni lini tena tulipokuona u mgonjwa au kifungo nikakujia.

40.Na mfalme atajibu akiwaambia amin amin nawaambia,kadiri mlivyomtendea mmojawapo wa hao ndugu zangu walio wadogo mlinitendea mimi.

Tunatembelea umati wetu wakiwa hospitalini, kumaliza wakati nao kwa wakati wa furaha na ule wa shida.kula chakula nao, omba, Hudumu na uwafundishe **kuonyesha kuwa unajali.**

Ukweli yeye ni mchungaji mwema na ana wajibu wa kutunza kondoo wake na tunafaa tukumbuka kila mara kuwa **ni kondoo pekee huzaa kondoo.**

UHAKIKI: JE, WANAKUJUA?

1. Kama mchungaji ni kitu kikuu sana kujifunza njia za Mungu na kupenda watu wake.
    a. Ukweli
    b. Uwongo

2. Mchungaji mwema huwa anahusishwa na mahitaji yetu ya kimwili kama vile; chakula na nguo vilevile na mahitaji ya kiroho.
    a. Ukweli.
    b. Uwongo

3. Kwa nini mchungaji anafaa kuwa na kanisa{chagua majibu yote ambayo ni sahihi.}
    a. Kutimiza mahitaji yao, kiburi.
    b. Kwa sababu Mungu alimwita.
    c. Ili kusema tu anakanisa.
    d. Kwa sababu anapenda watu.
    e. Ili kutimiza kuitiwa kwake.
    f. Kwa sababu ya pesa.
    g. Kwa sababu anapenda kufanya kazi na watu.

4. Je umati wako una………...Wanakujua. wana…...katika kili yao.

5. Si wajibu wa mchungaji kusaidia wale walio katika kanisa yake kutimiza kuitiwa kwake akielekezwa roho mtakatifu.

a. Ukweli.

b. Uwongo

6. Tunawaombea kondoo wetu kila mara.

a. Ukweli

b. Uwongo.

7. Ni njia zipi 5 unazo tumia kuonyesha umati wako kuwa unawapenda.

a. Cheza gofu wakiwa hospitalini.

b. Enda kwa harusi ya watoto wao

c. Kuwa na sherehe kanisani ambayo watafurahia.

d. Tembelea familia yao wakiwa gerezani.

e. Usiwaalike nyumbani kwako.

f. Ombea mahitaji yao kila jumapili.

g. Wape chakula kanisani,

8. Ni vizuri kufundisha umati wko kwa njia zifuatazo chagua moja.

a. Kanisa ya watoto-kufundisha msingi.

b. Vikundi vya vijana.

c. Fundisha jinsi ya kuambia wengine kuhusu yesu.

d. Kufundisha viongozi

e. zaa uungu-ufalme wake.

f. Majibu yote ni sahihi.

9. Mhubiri au kiongozi anafaa atafakari tu kwa njia za kiroho za kufundisha kanisa..

a. Ukweli.

b. uwongo.

10. Kondoo inazaa kondoo humaanisha kuwa kanisa itakuwa ikiwa nzima

   a. ukweli

   b. Uwongo.

KEYS

Funguo
   1. Kukubali amani njema ya Mungu.
   1. Haki, Ukweli
   2. Amani kamili, ubongo, uaminifu
   3. Nguvu.
   4. Kuhukumu, Haki.
   5. Amani.
   6. Kubadilishwa, kuwekwa upya.
   7. Mwangaza, uhusiano, kusafishwa.

UKWELI AU UWONGO.
   1. Ukweli.
   2. Ukweli
   3. Ukweli
   4. Ukweli
   5. Uwongo
   6. Ukweli
   7. Ukweli

8. Ukweli.
9. Ukweli.
10. Ukweli.
11. Ukweli.
12 Ukweli.
13. Ukweli.
14. Ukweli.

Inayolingana.

1. b
2. a
3. c
4. f
5. d
6. e
7. g
8. h
9. j
10. i
11. k
12. l

2. Mwinuko au mkao.
1. b
2. ukweli
3. c
4. uwongo
5. e
6. d
7. a,c,d,f,h.
8. fundisha,tongoza,angu,watumishi,usherati.

9. ukweli.

3.Bwana umetuteulia amani.

1.b
   2.c
   3.a
   4. c
   5.b
   6.a
   7.b
   8.c
   9.a
   10. b

4.Vita vya kiroho.

   1.a
   2.b
   3.a
   4.b
   5.b
   6.a
   7.d
   8.b
   9.d
   10.d
   11.a
   12.a
   13. d
   14.b
   15.b

5. Mapambano ya mapinduzi.
1. b
2. a
3. a
4. a
5. b
6. b,c,d
7. c
8. b
9. a
10 b
11. b
12. b,c,d,g
13. f
14. b,c,d,g
15. c
16. d

6. Enye utukufu.
Ukweli au uwongo.
1. uwongo
2. ukweli
3. uwongo
4. uwongo
5. uwongo
6. ukweli
7. ukweli
8. ukweli
9. uwongo.
10. ukweli
11. ukweli
12. uwongo

13. ukweli
14. ukweli
15. ukweli
16. ukweli
17. ukweli
18. ukweli
19. ukweli
20. ukweli.

7. Kondoo na mchungaji.
1. a,b,c.e,g,k
2. uwongo.
3. a
4. c
5. Ukweli
6. a,d,e,h,i,j,l
7. c,

8. Imani inafanya kazi kwa upendo.
1. uhuru
2. haki
3. upendo
4. sheria
5. kimwili.
6. uamuzi
7. Yesu kristo
8. kubatizwa kwa maji.
9. kiumbe
10. Tembea
11. kiroho
12. mabadiliko

13. ufundishaji.

Ukweli au uwongo.

14. uwongo

15. ukweli

16. uwongo

17. c

18. b

19. c

\20. a

9. TIMAZI.

1. Timazi, timazi,timazi, watu

2. Bwana, ushauri, kumwachia vyote.

3. Furaha, wokovu, upendo, uaminifu.

4. uamuzi, ishi.

5. Ukweli

6. kubali,panda, uhuru, haki

7. uwache iondoke, ukarimu,hudumu., mahitaji,injili,fanya,hitajika

10. Taarifa Ya Ndoto

1. a
2. b
3. a
4. d
5. b
6. b
7. a
8. a
9. d
10. a

Sifa na kuabudu.

1. ukweli
2. uwongo
3. ukweli
4. Jitunze,uwepo,uponyaji,kurudisha upya.
5. safi,moyo, aibu
6. ndio.
7. ukweli
8. uwongo
9. changua, patia nguvu.
10. b
11. d
12. c
13 Inayosaidia, tarajia, saidia.
14. b

12. Kuja juu sana kwa upendo wake.
Ukweli au uwongo.
1. ukweli
2. uwongo
3. ukweli
4. uwongo
5. ukweli
6. ukweli
7. ukweli
8. ukweli
9. ukweli
10. uwongo
11. ukweli
12. uwongo
13. ukweli
14. ukweli
15. ukweli

16. ukweli
17. ukweli
18. ukweli
19. ukweli
20 ukweli
21. ukweli
22 uwongo
23. uwongo
24 uwongo
25. ukweli

13. Utapata wapi neno?
1. a
2. b
3. b
4. a
5. c
6. d
7. d
8. b
9. c
10. a
11. a
12. b
13. b
14. a
15. a

14. Je, Wanakujua?
1. ukweli
2. husika, kimwili, kiroho.
3. b, d, g.
4. amini, bora kabisa, enye mvuto.

5. uwongo
6. ukweli
7. b,c,d,f,g
8. f
9. uwongo
10. ukweli

KUKIRI

Kuna watu wengi ambao wako katika mwongozo huu.Wandishi wengi na wahariri,wanaorekebisha na wachoraji.imechukuwa zaidi ya miaka 40 kuandika mwongozo huu.

Tunashukuru kwa wale ambao wamechangia:
1 wakorintho 3:6-8.

"Mimi nilipanda, Apolo akatia maji;bali mwenye kukaza ni Mungu.hii inaonyesha kuwa yule apandaye au yule anyunyuzaye si mwenye maana.Mungu ndiye mwenye maana. Anaifanya imee.Yule anaye panda na yule ambaye ananyunyuzia ni sawa.Kila mmoja atapata zawadi yake."

www.ingramcontent.com/pod-product-compliance
Lightning Source LLC
Chambersburg PA
CBHW072000110526
44592CB00012B/1156